கிருஷ்ணதேவராயர்

கிருஷ்ணதேவராயர்

ஆர்.சி. சம்பத்

கிருஷ்ணதேவராயர்
Krishnadevarayar
R.C.Sampath ©

First Edition: October 2014
112 Pages
Printed in India.

ISBN: 978-93-5135-183-2
Kizhakku 768

Kizhakku Pathippagam
177/103, First Floor,
Ambal's Building, Lloyds Road,
Royapettah, Chennai 600 014.
Ph: +91-44-4200-9603

Email : support@nhm.in
Website : www.nhm.in

Kizhakku Pathippagam is an imprint of New Horizon Media Private Limited.

உள்ளே

முன்னுரை

இந்திய நாட்டின் மகத்தான பேரரசர்களுள் ஒருவராகத் திகழ்ந்தவர் கிருஷ்ணதேவராயர். அக்பர், அசோகர், போன்ற பேரரசர்களுக்கு 'மகா' - தி கிரேட் - என்ற பட்டம் உண்டு. ஆனால், அவர்களெல்லாம் தங்களுக்கு முன்பு ஆட்சி செய்த அரசர்கள் போட்டிருந்த பலமான அஸ்திவாரத்தின் அடிப்படையிலேயே தங்கள் பேரரசு என்னும் கோபுரத்தை எழுப்பினர். பாபரும், ஹுமாயுனும் அடித்தளம் இட்டிருந்த நாட்டை அக்பர் மேலும் விரிவுபடுத்தினார். அசோகரும் அப்படித்தான். ஆனால் கிருஷ்ணதேவராயரோ மிகக் கீழ்நிலையில் இருந்த தனது சின்னஞ்சிறு நாட்டை மெல்ல மெல்ல வலுப்படுத்திக்கொண்டு, பின்னர் தங்கள் முன்னோர்கள் காலத்தில் இருந்ததை எல்லாம் மீண்டும் பெற்று, உயரிய ஒரு பேரரசை நிலைநாட்டிய 'சுயம்பு' ஆவார்!

இந்தியாவின் தென்பகுதி முழுவதையும் தனது ஆட்சியின் கீழ் கொண்டுவந்தவர். தமிழ்நாடு முழுவதும் அவரது காலத்தில் அவர் ஆட்சியின் கீழ்தான் இருந்தது. ஆனால், தமிழர், தெலுங்கர், கன்னடர் என்ற பேதமின்றி எல்லா மொழி யினரையும் தனது பேரரசின் குடிமக்களாகப் பாவித்து பாதுகாத்தவர் கிருஷ்ணதேவராயர். அவர் எல்லோரையும் இந்துக்களாகப் பார்த்தார்; எல்லா மொழி அறிஞர்களையும் தனது அவையில் வைத்திருந்தார். அரசனுக்கும் கலை உணர்ச்சிக்கும் வெகுதூரம் என்பது பொதுவிதி.

ஆனால் ராயர், சிறந்த இலக்கிய ரசிகராக, தேர்ந்த எழுத்தாளராகவும் விளங்கி பல நூல்களைப் படைத்தளித்தார்.

அரசியல் துறைக்கு வராதிருந்தால் கிருஷ்ணதேவராயர் இலக்கியத் துறையில் மிக்க புகழ் பெற்றிருப்பார். வீரமும், கலையுணர்வும் ஒருசேர அமைந்த ஒப்பற்ற மனிதர் அவர். வாழும் காலத்தில் 'வாழ்க' என வாழ்த்தொலி பெறுவது மன்னனுக்கு சகஜம். மறைந்த பிறகும் மாமனிதராக போற்றப் படுவது அரிது. கிருஷ்ணதேவராயர் அத்தகைய புகழோடு இன்றும் வாழ்கிறார்.

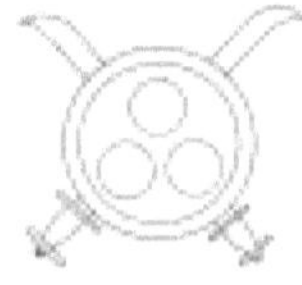

கண்களைப் பிடுங்கி வா!

விஜயநகரத்து மன்னன் வீர நரசிம்மன் நோயுடன் போராடித் தோற்றவனாக படுக்கையில் கிடந்தான். அரண்மனை வைத்தியர் அவனது நாடித் துடிப்பை சோதித்துக்கொண்டிருந்தார். முதலில் மன்னரின் வலது கை மணிக்கட்டில் பட்டுத்துணி போர்த்தி நாடித் துடிப்பைச் சோதித்தார்; ஒரு சில வினாடி களில் அவரது முகத்தில் ஏமாற்றத்தின் அறி குறிகள் வெளிப்படுவதைப் பக்கத்தில் நின்றிருந்த தலைமை அமைச்சர்

யாகவனிக்கத் தவறவில்லை.

பின்னர், மன்னரின் இடது கை மணிக்கட்டில் நாடித்துடிப்பை சோதித்த வைத்தியர், லேசாகக் கண்களை மூடியபடி ஏதோ தியானிப்பதுபோல் இருந்தார்; பிறகு மன்னரின் கையை கீழே தாழ்த்தி வைத்துவிட்டுப் பெருமூச்செறிந்தார்.

அமைச்சர் திம்மையாவை ஏறிட்டு நோக்கினார். பிறகு, தனது உதவியாளனைப் பார்த்தார். அவன், குறிப்புணர்ந்து வைத்தியரது மருந்துப் பெட்டி களைக் கையில் எடுத்துக்கொண்டான்.

வைத்தியர் எழுந்து கொண்டார்.

அறைக்கு வெளியே வந்தனர்.

திம்மையாவிடம், 'இனி எந்த மருந்தாலும் பயன் இல்லை. மன்னரின் அரச பீடம் இன்னும் இரண் டொரு நாட்களில் காலியாகி விடும்' என்றார் வைத்தியர், சற்றே வருத்தமான குரலில்.

'மன்னரின் உடல்நிலையைக் கண்டு, முன்பே நான் இந்த முடிவுக்கு வந்து விட்டேன். இன்று, நீங்கள் இதை உறுதிப்படுத்தி விட்டீர்கள்...' என்றார் திம்மையா.

'இனி, உங்களுக்குத்தான் அதிக வேலை. சிம்மாசனத்தில் அடுத்து யாரை அமர வைக்கப் போகிறீர்கள்?'

'அது, நான் மாத்திரம் செய்யக்கூடிய முடிவு அல்லவே...'

'மற்றவர்கள் ஆலோசனையைக் கேட்டீர்களானால், அவரவர் யோசனையிலும் அவர்களது சுயநலம் ஒளிந்திருக்கும். நீங்களோ, நாட்டு நலனையும், மக்கள் நலனையும் யோசிப்பீர்கள். அதனால், முடிவை நீங்கள் தீர்மானித்தால்தான் நாட்டுக்கு நல்லதாக இருக்கும்.'

'புரிகிறது!'

'வருகிறேன்'

வைத்தியர் விடைபெற்றுச் சென்றார்.

மன்னர் அழைப்பதாக சேவகன் வந்து நின்றான், திம்மையாவிடம்.

திம்மையா மன்னரின் அறைக்குள் நுழைந்து படுக்கை அருகே அமர்ந்து, மன்னரின் முகத்தை நோக்கினார்.

திம்மையாவைப் பார்த்து மன்னர் வீர நரசிம்மர் கேட்டார்: 'வைத்தியர் ... என்ன... சொன்னார்?'

'விரைவில் தாங்கள் குணமாகி விடுவீர்கள்... என்று.' - திம்மையா, சற்று இழுத்தார்.

'வீண் பொய் எதற்கு திம்மையா! என் உடல் நிலை, உயிர் நிலை இரண்டும் நம் வைத்தியனைவிட எனக்கு நன்றாகத் தெரியும்...'

திம்மையா பதில் சொல்லவில்லை. மன்னரைப் பரிதாபமாகப் பார்த்தார்.

'ராஜ சிம்மாசனத்துக்கு அடுத்த ஆளை முடிவு செய்து விட்டீர்களா?...'

'இப்போது அதற்கென்ன? மனத்தைத் தளர விடாதீர்கள். நம்புங்கள். இறைவன் அருளால் கண்டிப்பாக நீங்கள் குணமடைந்து விடுவீர்கள்.'

'திம்மையா நீங்கள், ஒன்று செய்ய வேண்டும்?'

'சொல்லுங்கள்...'

'அவனை... கிருஷ்ணதேவனை... அடுத்தபடியாக ஆட்சியில் அமர்த்தி விடக்கூடாது...'

'உங்கள் தம்பி அரசாளப் பொருத்தமற்றவர் என்று எண்ணுகிறீர்களா?...'

'அவன் என் தம்பியா? அப்படிச் சொல்லாதீர்கள் திம்மா. என் அப்பனுக்கு எத்தனையோ மனைவிகள்... அதில் ஒருத்தி அவன்தாய். எல்லோரும் மன்னர்

ஆகிவிடமுடியுமா? என் தந்தைக்கு என் தாயார்தான் முதல் மனைவி. அவன் என் தந்தையின் இரண்டாவது மனைவிக்குப் பிறந்தவன். எனவே மன்னனான எனக்குப் பின் என் மகன் அரியணை ஏறுவதுதானே மரபு; அதுதானே அரச வழக்கம்'

'அதெல்லாம் சரிதான்... ஆனால் கிருஷ்ணதேவனின் தாய் உங்கள் தந்தையின் அந்தப்புர அழகிகளில் ஒருத்தியாக இருக்கவில்லை. முறைப்படித் திருமணம் செய்துகொண்ட இரண்டாம் மனைவியாகத்தானே இருந்தார். தவிர, உங்கள் மகன் எட்டு வயதுச் சிறுவன்! அவர் எப்படி ஆட்சிப் பொறுப்பேற்க முடியும்? அவர் வளர்ந்து ஆட்சிப் பொறுப்பு ஏற்கும்வரை அரச பீடம் காலியாக இருப்பதா? அதுவரை, தற்காலிகமாக தங்கள் தம்பி கிருஷ்ணதேவர்...'

'அவனை மீண்டும் என் தம்பி என்றெல்லாம் சொல்லாதீர். நான் சொல்வதைக் கேளுங்கள் திம்மையா! உண்மையான சத்திரிய ரத்தம் ஓடுவது என் மகன் உடம்பில்! அதை மீறி, அந்த கிருஷ்ணதேவனை அரச பீடத்தில் அமர்த்துவது சத்திரிய தர்மத்துக்கு எதிரானது. அதனால், நாட்டுக்குத்தான் கேடு சூழும்... எனவே...' என்று சொல்லிவிட்டு நிறுத்தினார் வீர நரசிம்மர்.

திம்மையா பதிலேதும் சொல்லவில்லை. அரசரே பேசட்டும் என்கிற முடிவில், அவரது முகத்தையே பார்த்தபடி பேசாது அமர்ந்திருந்தார்...

'நீர் என் விசுவாசமான அமைச்சர்தானே?'

'அதிலென்ன சந்தேகம்?'

'எனக்காக ஒரு காரியத்தை நீர் ரகசியமாகச் செய்து முடிக்க வேண்டும்.'

'சொல்லுங்கள்...'

வீர நரசிம்மர் உடனடியாக பதில் சொல்லவில்லை. சற்று நேரம் அறையின் மேற்கூரையையே அண்ணாந்து பார்த்துக் கொண்டிருந்தார்.

பின்னர், மெல்லத் திரும்பி, திம்மையாவையே உற்றுப் பார்த்தார். பின்னர் உறுதியான குரலில், 'நீர் அதைச் செய்துதான் ஆக வேண்டும்' என்றார்.

'எதைச் செய்யவேண்டும்? விஷயத்தைச் சொன்னால் தானே?' என்றார் திம்மையா.

'சொல்கிறேன்; என் மகன் அரியணை ஏற, அவன் - கிருஷ்ணதேவன் - குறுக்கே நிற்கக்கூடாது.'

'அவன் நிற்கக் கூடியவனும் அல்லவே!'

'மண்ணாசை - அதாவது அதிகார ஆசை - இல்லாதவன் உலகத்தில் யாரும் இல்லை. நாளைக்கு அவனுக்கும் அதிகார ஆசை, அரியணை ஆசை வரலாம். வரலாம் என்ன... வரும்! வந்தால், என் மகனை வீழ்த்தி விடுவான்.'

'அதனால்...'

'அவனைக் கொன்று விடச் சொல்லவில்லை. அதைச் செய்யவும் நீங்கள் முன்வர மாட்டீர்கள் என்பதும் எனக்குத் தெரியும்.'

'வேறென்ன செய்வது?'

'அவன் கண் பார்வை போய்விட்டால், வாழ்நாள் முழுவதும் ஓரிடத்தில் அவன் முடங்கிக் கிடக்க வேண்டியதுதான்.'

வீரநரசிம்மர் அடுத்து என்ன சொல்லப்போகிறார் என்பது திம்மையாவுக்குப் புரிந்துவிட்டது. அதையேதான் வீர நரசிம்மரும் சொன்னார்.

'கிருஷ்ணதேவனின் கண்களைக் குருடாக்கி விடவேண்டும். அதை நீர்தான் முன்னின்று செய்யவேண்டும். தளபதி நாகம நாயக்கரை உடன் அழைத்துச் செல்லுங்கள். அவர் நமது காவலர்களுடன் வருவார். காரியத்தை முடியுங்கள். கிருஷ்ணதேவனின் கண்களைக் குருடாக்கி சிறையில் அடைத்து விடுங்கள்.'

திம்மையா லேசாகத் தலை அசைத்தார்.

அதைச் சம்மதம் என்று கொள்வதா, மறுப்பு என்று கொள்வதா? - வீரநரசிம் மனுக்கு சந்தேகம் வந்தது.

'திம்மையா! காரியத்தை முடித்து, அவன் கண்களைப் பிடுங்கிவந்து என்னிடம் காட்ட வேண்டும். இது அரச உத்தரவு! ம்... உடனே புறப்படும்!'

சொன்ன வேகத்தில் நரசிம்மர் முகத்தைத் திருப்பிக்கொண்டார்; அதன் பொருள் - 'தாமதிக்காதே! உடனே செய்!' என்பது!

திம்மையா எழுந்தார். அறையை விட்டு வெளியே நடந்தார். ஆனால் அந்த நடையில் ஒரு உறுதியோ, வேகமோ இல்லை.

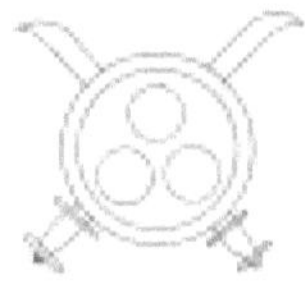

திம்மையாவின் திட்டம்

மாளிகை வாசலில் வேதியர் சிலர் வேத மந்திரங்களை உரக்க ஓதிக்கொண்டிருந்தனர்.

மங்கள வாத்தியங்கள் முழங்கிக் கொண்டிருந்தன.

அலங்கரிக்கப்பட்ட பல்லக்கு. அதைச் சுமந்து செல்லப்போகும் பல்லக்குத் தூக்கிகள் சிலர், கட்டுமஸ்தான உடலோடு ஒரு ஓரமாக நின்றிருந்தனர்.

பல்லக்கின் முன்பாக ஆடல் மகளிர் இருவர் நடனமாட, ஒரு இசைவாணர் பாடிக்கொண்டிருந் தார்.

பல்லக்கு புறப்பட்டதும், அதன் முன்னும் பின்னும் கையில் ஈட்டி, கேடயம், வாட்கள் ஏந்திய நூறு வீரர்கள் ஒரு ஓரமாக அணிவகுத்து நின்றிருந்தனர்.

பல்லக்கு புறப்படப் போகிறது?

எங்கே?

திருப்பதிக்கு.

பல்லக்கில் போகப் போவது?

கிருஷ்ணதேவராயன்.

எதற்கு?

ஏழுமலையானை தரிசிக்க.

இலக்கியத்தில் அலாதி ஈடுபாடு கொண்ட கிருஷ்ணதேவராயர், ஏழுமலையான் மீது அவர்

எழுதிய பக்திப் பாடல்களை - கவிதைகளை - வெங்கடாஜலபதியின் சன்னதியில் வைத்து பூஜித்து எடுத்து வர வேண்டும். அதில் சில பாடல்களை ஏழுமலையான் திருமுன்னர் அவரே பாட வேண்டும் என்கிற திட்டத்துடன் ஏற்பாடு செய்யப்பட்ட பயணம் இது.

அமைச்சர் திம்மையா தனது பல்லக்கை விட்டு, அந்த மாளிகை முன் அவசரம் அவசரமாக இறங்கினார். உடன் வந்த தளபதி நாகம நாயக்கரும் குதிரையிலிருந்து இறங்கிப் பின் தொடர்ந்தார்.

தலைமை அமைச்சரான திம்மையாவை கிருஷ்ணதேவராயர்தான் அரண் மனைக்குச் சென்று சந்திப்பது வழக்கம். திம்மையா, கிருஷ்ணதேவராயரின் தனி மாளிகைக்கு வரமாட்டார். ஆனால், இன்று தளபதியுடன் அவர் அங்கு வந்திருப்பது கண்டு எல்லோருக்கும் ஆச்சரியம்.

திம்மையா வந்திருக்கும் தகவல் கிருஷ்ணதேவராயருக்குப் போய்விட்டது.

அவரே மாடிப்படிகளை விட்டு வேகமாகக் கீழே இறங்கி வந்து, அமைச் சரையும், தளபதியையும் வரவேற்றார்.

'கிருஷ்ணா நாங்கள் உன்னுடன் தனிமையில் பேசவேண்டும்.' திம்மையா சொல்ல, மூவரும் தனியறைக்குள் சென்று அமர்ந்தனர்.

'சொல்லுங்கள் அப்பாஜி' என்று திம்மையாவைப் பார்த்துச் சொன்னார் கிருஷ்ணதேவர். பெற்ற தந்தையைப் போல தன் மீது அன்பு செலுத்துபவர் என்பதால் ராஜ்ஜியத்தில் மக்கள் அழைப்பது போலவே திம்மையாவை மரியாதையுடன் 'அப்பாஜி' என்றுதான் எப்போதும் அழைப்பார்.

திம்மையா இறுகிய முகத்துடன், வறண்ட குரலில் மன்னனின் கட்டளையை கிருஷ்ணதேவரிடம் தெரிவித்தார்.

கிருஷ்ணதேவரின் அதிர்ச்சி முகத்தில் அப்பட்டமாகத் தெரிந்தது.

'என்ன சொல்கிறீர்கள் அப்பாஜி! மன்னர் வீர நரசிம்மர் என் கண்களைப் பறிக்கும்படி உத்தரவிட்டாரா?'

'ஆமாம் கிருஷ்ணா! விஜயநகர மன்னரும், தங்களின் அண்ணனுமாகிய வீர நரசிம்மர்தான் எங்களுக்கு இப்படி கட்டளையிட்டுள்ளார்.' என்றார் திம்மையா.

'மன்னர் அழைப்பின் பேரில் அவரைப் பார்க்கச் சென்றபோது, இப்படி யொரு விபரீதமான கட்டளையை இடுவார் என்று நாங்கள் சிறிதும் எதிர் பார்க்கவில்லை இளவரசே. எங்களுக்கும் அதிர்ச்சியாகத்தான் இருந்தது!' - வேதனையுடன் கூறினார் நாகம நாயக்கர்.

'ஆம்! பேரதிர்ச்சிதான் தளபதியாரே! எனது சகோதரரான மன்னர் வீர நரசிம் மருக்கு என் மீது பாசம் இல்லையென்பதும், சில காலமாக அவர் என்னை ஏனோ வெறுத்து ஒதுக்கிறார் என்பதெல்லாம் அறிந்தவன்தான் நான். நாங்கள் எல்லோருமே துளுவ நரஸ நாயக்கரின் மகன்கள்தான் என்றாலும், தாயார்கள்

வேறு வேறு அல்லவா? அதனால்தான் என்னை சகோதரனாகப் பார்க்காமல் விரோதியாகச் சந்தேகிக்கிறார் மன்னர். அதற்காக, என்னை ஒரேயடியாக ஒழித்துக் கட்ட, என்னைக் கொலை செய்யச் சொல்லியிருந்தாலும் நான் மனம் கலங்கியிருக்கமாட்டேன். ஆனால், என் கண்களைக் குருடாக்கி சிறையில் அடைக்கச் சொல்லும் அளவுக்கு அப்படியொரு விரோதமா என் மீது?' - கிருஷ்ணதேவர் பெருமூச்செறிந்தார்.

சற்று நேரம் மேற்கூரையை வெறித்துப் பார்த்தபடியே அமர்ந்திருந்தார்.

திம்மையா மிகுந்த வேதனையுடன் கிருஷ்ணதேவனைப் பார்த்தார்.

இருபத்து நான்கு வயதான கிருஷ்ணதேவன் நடுத்தர உயரமும், கட்டுடல் கொண்ட தேகமுமாகக் காணப்பட்டான். வசீகரமான முகம். அவனின் இடது கன்னத்தில் பெரியம்மையினால் ஏற்பட்ட அம்மைத் தழும்புகள் அழுத்த மாகத் தென்பட்டன.

அதுவும்கூட விகாரமாகத் தெரியாமல் அவன் முகத்துக்குக் கம்பீரமான அழகையே சேர்த்தன. மையிட்டது போன்ற அவனுடைய கண்களில் தீட்சண்யம் மிளிர்ந்தது. இவன் மிக அசாதாரணமானவன் என்று அறிவித்தது.

இதுவரையிலும் அண்ணன் வீர நரசிம்மனுக்குப் பக்கபலமாக, அவனுடைய அரச காரியங்கள் அனைத்திலும் உதவியாக, அவன் மேல் மிகுந்த மரியாதை கொண்டவனாக இருந்த கிருஷ்ணதேவனுக்கு, அரசனின் இந்த உத்தரவு பேரதிர்ச்சியை அளிக்கும் என்பது திம்மையா எதிர்பார்த்ததுதான். அவன் மனம் தொய்ந்து போகாமல் தேறுதல் சொல்லவேண்டியது தன் கடமை என்று நினைத்தார்.

'ஹ்ஊம்! இதுவொரு துரதிருஷ்டமான சூழ்நிலைதான்!' என்று பெருமூச்சு விட்டபடி பேசத் தொடங்கினார்.

'எனக்குப் புரியவில்லை அப்பாஜி! இப்போது மன்னர் இத்தனை கொடூரமான தண்டனையளிக்கும்படி நான் என்ன தவறு செய்துவிட்டேன்?' - குரல் தழுதழுக்கக் கேட்டான் கிருஷ்ணதேவன்.

'வருந்தாதீர்கள் இளவரசே. தங்கள் மீது எந்தத் தவறுமில்லை. மன்னர் உடல் நலமில்லாமல் இருக்கிறார் அல்லவா? படுத்த படுக்கையாகக் கிடக்கும் மன்னரின் மனத்தில் 'தாம் இனி நீண்ட நாள்கள் உயிர் வாழ மாட்டோம்' என்ற எண்ணம் வந்துவிட்டது. ஆகவே, தான் உயிருடன் இருக்கும்போதே தன் எட்டு வயது மகனுக்குப் பட்டம் சூட்டிவிட விரும்புகிறார். அவரின் இந்த விருப்பத்துக்குத் தாங்கள் இடையூறாக இருப்பீர்களோ என்ற அச்சத்தினால்தான்...' தளபதி நாகம நாயக்கர் முடிக்காமல் மென்று விழுங்கினார்.

' ஆம் கிருஷ்ணா! அவருடைய தம்பியான நீங்கள் ராஜ்ஜிய சிம்மா சனத்துக்குப் போட்டியாக முளைத்து விடக்கூடாதல்லவா? அதற்காகத்தான் இந்த உத்தரவு!' - தெள்ளத் தெளிவாக விளக்கினார் அப்பாஜி.

இதைக் கேட்ட கிருஷ்ணதேவனின் முகம் இறுகியது. விரக்தியுடன் புன்னகைத்துக் கொண்டான்.

'போகட்டும்! இனி நீங்கள் உங்கள் கடமையைச் செய்யலாம்! என்னைக் கைது செய்து அழைத்துச் செல்லுங்கள்' என்றான்.

'நீங்களும் எங்களை வேதனைப்படுத்தாதீர்கள் இளவரசே! உங்களைக் கைது செய்வதாக இருந்தால், மொத்த உண்மைகளையும் நாங்கள் ஏன் இங்கு உங்களிடம் ஒப்பித்துக் கொண்டிருக்கப் போகிறோம்.' நாகம நாயக்கரின் குரலில் வேதனை தொனித்தது.

'ஆம் கிருஷ்ணா! அரச ஆணை என்பதனால், அதை அப்படியே நிறைவேற்று வதுதான் தலைமை அமைச்சனான என் வேலை. இருந்தாலும், மனசாட்சிக்கு விரோதமாக ராஜ விசுவாசம் என்கிற பெயரில் பாவம் புரிவதைவிட, அதற்குரிய பொறுப்பிலிருந்து விலகி சந்நியாசம் போய்விடுவது உத்தமம் என்று எண்ணுகிறவன் நான். தெய்வம் துணை இல்லாமல் எந்தக் காரியத்திலும் நம்மால் வெற்றி காணமுடியாது. எந்தத் தெய்வமும் தீய காரியத்துக்குத் துணை நிற்குமா? அப்புறம், அதென்ன தெய்வம்? எல்லாவற்றையும் யோசித்துத்தான் நாங்கள் ஒரு முடிவுக்கு வந்திருக்கி றோம்.'

'ஆம் இளவரசே; முதலில் இந்தச் சிக்கலிலிருந்து மீள நாம் வேறு வழி யோசிப்போம். தற்போது கொஞ்ச காலத்துக்கு நீங்கள் யார் கண்களிலும் படாமல் பதுங்கியிருப்பது முக்கியம்.'

'நான் அதற்கான ஏற்பாட்டையும்கூடச் செய்துவிட்டேன். நீங்கள் அதன்படிச் செய்தால் போதும். என்னுடன் வாருங்கள். நிலைமை நமக்குச் சாதகமான பிறகு வெளிப்படலாம்.' - உறுதியாகக் கூறினார் திம்மையா.

•••

இது நடந்த இரண்டாம் நாள், திம்மையாவும் நாகம நாயக்கரும் மன்னர் வீர நரசிம்மரிடம் சென்றார்கள். 'தங்கள் கட்டளையைச் செயல்படுத்தி விட்டோம் அரசே!' என்று சொல்லி ரத்தம் கசிந்த இரு கண்களைக் காட்டினார்கள்.

அதைக் கண்ட வீர நரசிம்மனின் கண்களில் குதூகலம் கூத்தாடியது. 'அவன் இறந்துவிட்டானா? உயிரோடு இருக்கிறானா?'- உணர்ச்சி பிரதிபலிக்காத குரலில் கேட்டான்.

'குருடான கிருஷ்ணதேவனை யாரும் அறியாத ஒரு பாதாளச் சிறையில் அடைத்துவிட்டோம். இனி அவனைப் பற்றித் தங்களுக்குக் கவலை வேண்டாம் அரசே!'

'மிக்க மகிழ்ச்சி அமைச்சரே! இப்போதுதான் என் மனத்துக்கு நிம்மதியாக இருக்கிறது. என் மற்ற இரு தம்பிகளான ரங்கன், அச்சுதனைப் பற்றிக்கூட நான் கவலைப்படவில்லை. அவர்களுக்கு மக்கள் மத்தியில் செல்வாக்கில்லை.

ஆனால் கிருஷ்ணதேவன் அப்படியல்ல. சிறந்த வீரன். மிகுந்த புத்திசாலி. குடி மக்கள் மேல் அன்பு செலுத்துபவன். அவர்களால் நேசிக்கப்படுபவன். அதனால்தான் சிம்மாசனத்தின் தலைக்கு மேல் ஒரு கத்தியைத் தொங்க விட்டிருக்க வேண்டாம் என்று முடிவெடுத்தேன்.

ஒரு வழியாக கிருஷ்ணதேவனை ராஜ்ஜியப் போட்டியில் இருந்து அப்புறப் படுத்திவிட்டேன். இனி எந்தக் கவலையுமில்லை. விரைவிலேயே என் மகனுக்கு முடி சூட்டு விழா நடத்தி விடப்போகிறேன். அதன் பின் இந்த விஜயநகரம் வழி வழியாக என் வம்சத்தினரின் கைகளிலேயே இருக்கும்'

- இருமலுடன் புன்னகைத்து இருவரையும் வழியனுப்பி வைத்தார் வீர நரசிம்மர்.

அரண்மனையிலிருந்து வெளிப்பட்டதும் தளபதி நாகம நாயக்கர், திம்மையாவிடம் கேட்டார்.

'அமைச்சரே, ஆட்டுக் கண்களைக் காட்டி, அரசரை ஏமாற்றிவிட்டோம். இனி அடுத்து என்ன செய்வதாக உத்தேசம்? இளவரசர் கிருஷ்ணதேவரை எத்தனை நாள்களுக்குத்தான் மறைத்து வைத்திருக்க முடியும்? விரைவி லேயே சிறுவனுக்குப் பட்டாபிஷேகம் செய்யப் போவதாகச் சொல்கிறார் மன்னர். அதை நம்மால் எப்படி தடுக்கமுடியும்?'

'தடுத்தாக வேண்டும் தளபதி! சுற்றிலும் பாமினி சுல்தான்களும், ஒரிசா கஜபதியும், உம்மத்தூர் தலைவர்களும், கொண்ட வீடு ரெட்டிகளும், புவனகிரி வேளமாக்களுமாக ஏராளமான எதிரிகள் நம்மை வீழ்த்துவதற்கு நேரம் பார்த்துக் கொண்டிருக்கிறார்கள்.

இந்தச் சூழ்நிலையில் ஒரு சிறுவன் மன்னனாக முடி சூடினான் என்றால் அதைவிட வேறென்ன ஆபத்து வேண்டும். நிச்சயமாக அத்தனை எதிரிகளும் தனித்தனியே வந்து முற்றுகையிட்டு மொத்தமாக நாட்டையே சூறையாடி விடுவார்கள் என்பது உறுதி.

ஆனால் மன்னனின் விருப்பத்துக்கு மாறாக இதை வெளிப்படையாகச் சொன்னால் நம் தலை கழுத்துடன் இருக்காது. எனவே, ஏதாவது காரணம் சொல்லி சிறுவனின் பட்டாபிஷேகத்தைத் தள்ளிப்போட்டுக் கொண்டே வரலாம். அதற்குள் ஏதாவது வழி பிறக்கும்.'

'இது நடக்கக்கூடிய காரியமா? ஜோதிடம், ஜாதகம் என்று நம்மால் முடிந்தவரை விதவிதமாகப் பொய்க் காரணங்கள் சொல்லி தள்ளிப் போட்டாலும் எத்தனை நாள்தான் தள்ளிப் போடமுடியும்?'

'தளபதியாரே, எனக்குக் காரணம் சொல்லத் தெரியவில்லை. ஆனால் சிறுவன் மகுடம் சூட்ட மாட்டான் என்றுதான் என் உள்மனம் சொல்கிறது.

மன்னர் வீர நரசிம்மரின் நோக்கம் நிறைவேறப் போவதில்லை' என்றவர், இறுகிய குரலில்,

'மன்னனின் மகன்தான் மன்னனாக வருவான் என்பது விஜயநகரத்தைப் பொறுத்தவரை உறுதியில்லை. இதுவரை வரலாறு அப்படித்தான் இருந்திருக்கிறது! பார்ப்போம் விதியின் விளையாட்டை!' என்றார்.

அப்பாஜி சொன்னது மிகவும் சரிதான். விஜயநகர சாம்ராஜ்ஜியத்தின் சரித்திரத்தில் எந்த வம்சமும் முழுதாகத் தழைத்து வளர்ந்ததே இல்லை. குரூரச் சிரிப்புடன் வரலாறு சொல்லும் விசித்திரம் இது!

விஜயநகரத்தின் வரலாறு மட்டுமல்ல; அது உருவான கதையே ஆச்சரிய மானதுதான்!

ஓர் இரவில் கடோத்கஜன் தோற்றுவித்த மாயா பஜார் போல, திடீரென்று முளைத்தெழுந்த நகரம்தான் விஜயநகரம்!

கிட்டத்தட்ட மூன்று நூற்றாண்டுகள், நான்கு மரபுகளில் வந்த 28 அரசர்கள் ஆட்சி செய்த இந்த விஜயநகர சாம்ராஜ்ஜியத்தைத் தோற்றுவித்தவர் ஒரு சந்நியாசி! அவர் பெயர் வித்யாரண்யர்.

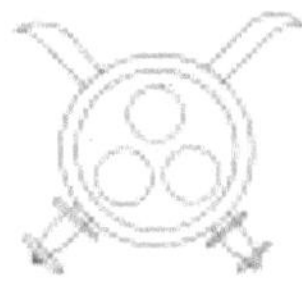

சந்நியாசி தோற்றுவித்த சாம்ராஜ்யம்

வித்யாரண்யரைப் பற்றி சுவாரஸ்யமான கதையொன்று இருக்கிறது!

அந்தண குலத்தில் பிறந்த வித்யாரண்யர் பிறந்ததி லிருந்தே வறுமையின் பிடியில் சிக்கி வதை பட்டவர். சரஸ்வதி கடாட்சம் இருக்கும் இடத்தில் லக்ஷ்மி தேவி இருக்கமாட்டாள் என் பார்கள். வித்யாரண்யர் விஷயத்தில் அது சரியா கத்தான் இருந்தது.

வேதம், வேதாங்கங்கள், ஆகமம் என சகல சாஸ்திரங்களையும் அறிந்திருந்த வித்யா ரண்யரை ஏழ்மை மட்டும் விடாப்பிடியாக பற்றியிருந்தது. இதனால் மனம் சலித்துப் போன வித்யாரண்யர் செல்வ சுகங்களை அடைந்தே தீருவதென்று உறுதி கொண்டார்.

கடுமையான விரதமிருந்து லக்ஷ்மி தேவியை உபாசித்தார்.

வித்யாரண்யர் முன் தோன்றிய லக்ஷ்மி, ' வித்யாரண்யரே, உங்கள் விருப்பத்தை என்னால் இப்போது நிறைவேற்றி வைக்கமுடியாது. செல்வ போகங்களை அனுபவிக்கும் பாக்கியம் இந்தப் பிறவியில் உங்களுக்கு இல்லை!' என்று சொல்லிவிட்டாள்.

'மறுபிறவியில் கிடைக்கும் இல்லையா?' என்று கேட்டார் வித்யாரண்யர்.

'ஆம். நிச்சயம் கிடைக்கும்'

வித்யாரண்யர் யோசித்தார். 'இப்பிறவியிலேயே செல்வத்தைப் பெற வேண்டும். ஆனால் அது மறு பிறவியாகவும் இருக்கவேண்டும். என்ன செய்யலாம்?' சிந்தித்தவரின் மனத்துக்குள் பொறி தட்டியது. வழி கிடைத்து விட்டது. அதன்படி அவர் அந்த நொடியே மனத்துக்குள் 'மானஸ சந்நியாசம்' மேற்கொண்டார்.

பின் லக்ஷ்மி தேவியிடம் கூறினார்.

'அன்னையே, நான் இப்போது மனத்துக்குள் மானஸ சந்நியாசம் மேற் கொண்டு விட்டேன். சந்நியாசம் பெறுவது என்பது மற்றொரு புதிய பிறவி தான் என்று சாஸ்திரத்தில் சொல்லப்பட்டிருக்கிறது. அதன்படி நான் புதுப் பிறவி அடைந்து விட்டால் நீ செல்வத்தைத் தந்துதான் ஆகவேண்டும்' என்றார்.

லக்ஷ்மி தேவி மறுக்காமல் கனிந்த புன்னகையுடன் அங்கே பொன் மழை பொழியச் செய்தாள்.

வித்யாரண்யர் தன் ஆசை பூர்த்தியான சந்தோஷத்துடன் அந்தப் பொற் குவியலை அள்ளப் போனார்.

அப்போது லக்ஷ்மி தேவி குறும்புப் புன்னகையுடன் கேலியாகக் கேட்டாள்.

'வித்யாரண்யரே, சந்நியாசிக்கு எதற்கு இந்தப் பொன்னும், பொருளும், செல்வமும்?'

வித்யாரண்யர் வெட்கமடைந்தார். விதிப் பயனை மாற்றமுடியாது என்பதை உணர்ந்துகொண்டார். அதன்பின் இந்தச் செல்வத்தைக் கொண்டுதான் அவர் விஜயநகரத்தை ஸ்தாபித்தார் என கதை முடிவு சொல்கிறது.

இது உண்மையோ பொய்யோ, விஜயநகரத்தை தோற்றுவிக்க வித்யாரண்யர் முழு முயற்சி எடுத்துக் கொண்டார் என்பதும், விடாப்பிடியாக அதைச் செய்து முடித்தார் என்பதும் மட்டும் மறுக்கமுடியாத நிஜம்.

சரி! ஒரு சந்நியாசி இப்படியொரு ராஜ்ஜியத்தைத் தோற்றுவிக்க என்ன காரணம்?

முதல் காரணம் அப்போதைய இந்து மதத்தின் அவலம்!

முகமதியர்கள் படையெடுப்பால் தென்னிந்தியா பெரும் சீரழிவைச் சந்தித்த காலகட்டம் அது!

நாச வேலையைத் தொடங்கி வைத்தவன் அலாவுதீன் கில்ஜியின் தளபதியான மாலிக்காபூர்.

தில்லியிலிருந்து தனது பெரும் படையுடன் புறப்பட்டு தென்னிந்தியாவின் மீது வெள்ளம் போல் சீறிப் பாய்ந்த மாலிக்காபூர் இங்கு ஒரு சிற்றரசையும் விட்டு வைக்காமல் சூறையாடினான். ஏராளமான இந்துக் கோயில்களை இடித்துத் தரைமட்டமாக்கி பொன்னும் பொருளுமாக குவியல் குவியலாக செல்வங்களைக் கொள்ளையடித்துப் போனான்.

இந்தச் சூறையாடல் மாலிக்காபூருடன் மட்டும் நின்றுவிடவில்லை. அதன் பின்னும் தில்லியில் அரசுகள் மாறும்போதெல்லாம், முபாரக் ஷா, குஸ்ரூவ் கான், முகமது பின் துக்ளக் போன்றவர்களின் ஆட்சியிலும் தொடர்ந்து நடந்தன.

இந்து ஆலயங்கள் கொள்ளையடிக்கப்பட்டதுடன் மட்டுமில்லாமல் அவைகள் சின்னாபின்னமாகச் சிதைக்கப்பட்டன. ஆலய வழிபாடுகள் நிறுத்தப்பட்டன. மக்கள் வலுக்கட்டாயமாக மதம் மாற்றப்பட்டனர். முகமதியர்களின் இம்மாதிரியான கொடுமைகள் கட்டுக்கடங்காமல் போய் இந்துக்களின் நிலைமை படு மோசமாகியது.

சிருங்கேரி மடத்தின் அதிபதியான வித்யாரண்யர் இதைக் கண்டு மனம் பதறினார். இதயம் துடித்தார். இந்து மக்களைக் காப்பதும், இஸ்லாம் மதம் தெற்கே பரவாமல் தடுப்பதும், இந்து தர்மத்தைப் பரப்புவதுமே தன் லட்சியம் என சபதம் மேற்கொண்டார்.

அதற்கு ஒரேவழி, முகமதியர்களை எதிர்க்கும் வலிமையுடன் ஒரு சாம் ராஜ்ஜியத்தை உருவாக்குவதுதான் என்று தீர்மானித்தார். அவருக்கு உதவி செய்யும் விதமாக காலம் அவர் கண் முன் இரண்டு வீரர்களைக் கொண்டு வந்து நிறுத்தியது.

அவர்கள் - ஹரிகரர், புக்கர் எனும் சகோதரர்கள்.

ஹரிகரர் - புக்கர் சகோதரர்கள் ஏற்கெனவே பல இந்து அரசர்களிடம் தளபதி களாக போர்ப் பணியாற்றியவர்கள். தங்களுக்கென சிறுபடை கொண்ட வர்கள். இவர்களைக் கொண்டே முஸ்லிம் ஆதிக்கத்துக்கு அணை கட்ட நினைத்த வித்யாரண்யர், துங்கபத்திரா ஆற்றின் தென் கரையில் ஆனைகுந்தி மலையடிவாரத்தில் விஜயநகரத்தை ஸ்தாபித்தார்.

ஒரு விஜயதசமியன்று அஸ்திவாரம் இடப்பட்டு, அடுத்த விஜயதசமியில் கம்பீரமாக எழுந்து நின்றது விஜயநகரம். எல்லோருமே வியப்படைந்த மிகப் பெரியதான பாதுகாப்பான தலைநகரம்.

விஜயநகரத்தின் மன்னனாக ஹரிஹரருக்கு முடி சூட்டி வைத்தார் வித்யாரண்யர். சகோதரர்கள் இருவரும் சங்கமர் என்பரின் பிள்ளைகள் ஆனதால் இவர்களின் வம்சம் சங்கம வம்சம் என்றழைக்கப்பட்டது.

இந்தவிதமாக கி.பி. 1336 - ஏப்ரல் 16ல் விஜயநகரப் பேரரசின் முதல் ராஜவம்சமாக சங்கமர்களின் ஆட்சிக் காலம் தொடங்கியது.

ஆரம்ப காலத்தில் துங்கபத்திரா நதிக்கரையின் சுற்றுவட்டாரப் பகுதிகளைக் கொண்டதாக இருந்த விஜயநகரப் பேரரசு பின்னாளில் சிறிது சிறிதாக வலிமையடையத் தொடங்கியது. ஹரிஹரர் ஆட்சிக் காலத்தில் கர்நாடகம் முழுமையையும், அவருக்குப் பின் புக்கர் ஆண்டபோது ஆந்திராவின் சில பகுதிகளும் விஜயநகரத்தின் வசமாகியது.

புக்கரின் மகன்களின் ஒருவரான குமார கம்பண்ணர் என்பவர் மகா மண்ட லேசுவரராக தன்னை அறிவித்துக் கொண்டு, மதுரையின் மீது படை யெடுத்துச் சென்று அங்கு ஆட்சி செய்த மூன்று சுல்தான்களையும் வென்றார். இப்படியே படிப்படியாக சந்திரகிரி ராஜ்யம், சோழ ராஜ்யம், மதுரை ராஜ்ஜியம் என சிறிதும் பெரிதுமான ஐந்து ராஜ்ஜியங்களுடன் விஜயநகரம் விரிந்து பரவி சாம்ராஜ்ஜியமாகியது.

விஜயநகரத்தின் வளர்ச்சி அதிகரித்துக் கொண்டே போன அதே சமயத்தில் அங்கே ஆட்சிகளும் நிலையாக இல்லாமல் மாறிக்கொண்டேயிருந்தன. விஜயநகரத்தை ஒரே வம்சத்தினர் நீண்ட காலங்கள் ஆட்சி புரிந்ததாக சரித்திரமே இல்லை.

சங்கமர்களை விரட்டி விட்டு சாளுவ வம்சத்தினரும், அவர்களை விரட்டி விட்டு துளுவர்களும் ஆட்சிக்கு வந்தனர்.

கொலைகளும், சதிகளும், ஆட்சியைக் கைப்பற்றும் பேராசையும் ஒரு சாபம் போல் விஜயநகரத்தை தொடர்ந்து ஆட்டிப் படைத்தன.

துளுவ வம்சத்தவர்களான கிருஷ்ணதேவனின் அண்ணன் வீர நரசிம்மனும் கூட அப்படி ஒரு கொலையின் அஸ்திவாரத்தில்தான் ஆட்சியைப் பிடித் திருந்தான்!

சிறையும், சிம்மாசனமும்...

விஜயநகரத்தை ஆண்ட முதல் வம்சத்தினரான ஹரிஹரர் புக்கர்களின் சங்கம ஆட்சி 1485 - ம் ஆண்டு வரையில்தான் நடைபெற்றது. அதன்பின் அரச ரானவர் சாளுவ வம்சத்தவரான நரசிம்மராயர்.

இவர் சந்திரகிரியின் ஆளுநராக இருந்தவர். அப்போது விஜயநகரத்தை ஆண்ட மன்னன் புருத தேவராயன் திறமையற்றவனாக இருந்ததால் நரசிம்ம ராயர் தனக்கு விசுவாசமாக இருந்த 'துளுவ நரச நாயக்கன்' என்பவரை விஜயநகரத்துக்கு அனுப்பி புருத தேவராயனை ஆட்சியிலிருந்து அகற்ற சதி செய்தார். சந்தர்ப்ப சூழல்கள் சாதகமான ஒரு சமயத்தில் புருத தேவராயனை சிறையிலிட்டு ஆட்சியைக் கைப்பற்றியதோடு தன்னையே அரசரென அறிவித்துக்கொண்டு அரியணையும் ஏறிவிட்டார் நரசிம்மராயர். ஆனால் இவரும் வெகுகாலம் ஆட்சி புரியவில்லை.

1490 - ல் இவர் நோய்வாய்ப்பட்டு மரணத்தின் விளிம்பில் இருந்தபோது, இவரின் பிள்ளைகள் சிறுவர்களாக இருந்தனர். எனவே இவர் தனது விசுவாச தளபதியான துளுவ நரச நாயக்கரை தனது பிள்ளைகளின் காப்பாளராகவும், அரசுப் பொறுப்பாளராகவும் நியமித்து விட்டு இறந்து போனார்.

இந்தத் 'துளுவ நரச நாயக்கர்'தான் கிருஷ்ணதேவன் மற்றும் வீர நரசிம்மனின் தந்தையார்.

சாளுவ நரசிம்மராயரின் பிள்ளைகளுக்குக் காப்பாளராக இருந்த துளுவ நரச நாயக்கர் அவர்களுக்காக அரசுப் பிரநிதியாக செயல்பட்டார். காலப்

போக்கில் அரசின் முடிசூடா மன்னராகவும் மாறிப் போனார். மக்களால் 'ரக்ஷகர்த்தர்' 'காரியகர்த்தர்' என்று அழைக்கப்பட்டார்.

இவருக்குப் பின்தான் வீர நரசிம்மன் விஜயநகரத்தின் அரசுப் பிரதி நிதியானான்.

இவனும் தந்தையைப் போலவே சாளுவ வம்சத்தின் வாரிசான இரண்டாம் நரசிம்ம ராயனை பொம்மையாக்கி அமர வைத்து ஆட்சியைத் தானே நடத்தி வந்தான். ஆனாலும் அளவில்லா அதிகாரத்தை அனுபவித்த வீர நரசிம்மனுக்கு வெறும் அரசுப் பொறுப்பாளராக இருப்பது விரைவிலேயே அலுத்துப் போனது.

1503 ம் ஆண்டு ஒரு சுபயோக கொலை தினத்தில் பெனுகொண்டா கோட்டையில் சாளுவ வம்சத்தின் கடைசி அரசனான நரசிம்மராயனைக் கொன்று விட்டு விஜயநகரத்தின் அரசனாக தன்னையே அறிவித்துக் கொண்டான்.

இந்தவிதமாக சாளுவ வம்சம் முடிவுற்று துளுவ வம்சத்தின் ஆட்சி விஜயநகரத்தில் ஸ்தாபிதமாகியது.

விஜயநகரத்தை ஆண்ட மூன்றாவது அரச வம்சம் துளுவ வம்சம். இந்தத் துளுவ வம்சத்தினர் தொடக்கத்தில் கர்நாடகத்தின் கரையோரப் பகுதிகளில் குடித் தலைவர்களாக இருந்தவர்கள். பிற்காலத்தில் மன்னர்களிடம் செல்வாக்குப் பெற்று அவர்களின் பக்கத்திலேயே நம்பிக்கைக்கு உரியவர் களாகச் செயல்பட்டார்கள்.

அந்த நம்பிக்கையை துளுவ நரச நாயக்கர் கொஞ்சம் போல தனக்குச் சாதகமாகப் பயன்படுத்திக் கொண்டார் என்றால் மகன் வீர நரசிம்மனோ விசுவாசம், நம்பிக்கை எல்லாம் கையாலாகாதவர்களின் வெற்றுக் கோஷம் என்று துரோகத்தை துணைக்கழைத்துக் கொண்டான்.

இதை ராஜ தந்திரம் என்று சொல்லிக் கொண்ட வீர நரசிம்மன் ஆட்சிப் பொறுப்பேற்று ஆறு வருடத்துக்குள்ளாகவே நோய்வாய்ப்பட்டுப் போனான்.

'பிறர்க்கு இன்னா முற்பகல் செய்யின்' என்பது போல, தான் செய்த அதே சதிவேலை தன் மகனுக்கும் நடந்துவிடுமோ என்கிற பயத்தில்தான் கிருஷ்ணதேவனின் கண்களைப் பிடுங்கும்படி உத்தரவிட்டிருந்தான் வீர நரசிம்மன்.

ஆனால் அவன் நினைத்தது எதுவுமே நடக்கவில்லை!

மகனுக்கு முடி சூட்டும் முன்பாகவே இறந்து போனான் வீர நரசிம்மன். அவனின் பதினாறாம் காரியங்கள் முடிந்ததும் தன்னை வெளிப்படுத்திக் கொண்ட கிருஷ்ணதேவன் அப்பாஜியின் துணையுடனும், மக்களின் அமோக ஆதரவுடனும் 1509-ம் ஆண்டு விஜயநகரச் சக்கரவர்த்தியாக முடி சூட்டப்பட்டு 'கிருஷ்ணதேவராயர்' ஆனார்.

வீர நரசிம்மனின் சிறு பிள்ளையையும், தனது மற்ற இரு தம்பிகளான ரங்கராயன், அச்சுத ராயன் இருவரையும் ஒரு தனி மாளிகையில் சகல வசதிகளுடன் சிறை வைத்துவிட்டு, (அமைச்சர் அப்பாஜியின் யோசனை) சிம்மாசனத்தில் அமர்ந்தார் கிருஷ்ணதேவராயர்.

அந்தத் தருணத்தில் இருந்து விஜயநகரத்தின் பொற்காலம் ராஜ பாட்டையில் பாய்ந்து செல்லத் தொடங்கியது!

ஆனால் அது அத்தனை சுலபத்தில் நடந்துவிடவில்லை.

'ஆந்திர போஜன்', 'கன்னட ராஜ்ய ராம ரமணன்' என்றெல்லாம் பிற் காலத்தில் போற்றப்பட்ட கிருஷ்ணதேவராயர், ஆட்சிப் பொறுப்பேற்ற போது விஜயநகரத்தின் சூழ்நிலை அத்தனை சாதகமாயிருக்கவில்லை.

ஒரு சில பாளையக்காரர்களும், தளபதிகளும் கிருஷ்ணதேவராயரை ஏற்றுக்கொள்ள மறுத்து கலகம் விளைவித்தார்கள். போதாக்குறைக்கு இந்த ஆட்சிக் குழப்பத்தைப் பயன்படுத்திக்கொண்டு கலிங்க நாட்டரசன் வேறு, விஜயநகரத்தின் கிழக்குப் பகுதியைத் தாக்கி சில பகுதிகளைக் கைப்பற்றிக் கொண்டான். வடக்குப் பகுதியிலோ பாமினியர்கள் என்கிற முஸ்லிம் அரசர்களின் தாக்குதல் தொடர்ந்து நடந்து கொண்டிருந்தது.

இது தவிர உம்மத்தூர் தலைவர்கள், கொண்டவீடு ரெட்டிகள், புவனகிரி வேளமாக்கள் என ராஜ்ஜியத்தைச் சுற்றி ஏராளமான பகைவர்கள்; எதிர்பாராத தாக்குதல்கள்; எக்கச்சக்கமான இடையூறுகள்.

எனவே ஆட்சியின் தொடக்க காலம் முழுவதையும் கிருஷ்ணதேவராயர் போர்க்களத்திலேயே கழிக்க வேண்டியிருந்தது.

முதற் பத்தாண்டுகள் ரத்த மயமான காலங்களாக முற்றுகைகளும், தாக்கு தல்களும், வெற்றிகளுமாக நான்கு திசைகளிலும் பரவியிருந்த பகைவர் களை ஒழிப்பதே லட்சியமாகச் சுற்றிச் சுழன்றார் அவர்.

கிருஷ்ணதேவராயர் ஆட்சிப் பொறுப்பேற்றதுமே பாமினியார்களுடன் முதல் போர் தொடங்கி விட்டது.

விஜயநகரத்தின் பெரும் தொல்லை என்றால் அது பாமினி ராஜ்யம்தான். இறுதி வரையிலும் தொடர்ந்த தீராத் தொல்லை அது!

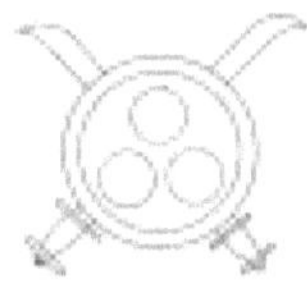

ஜிஹாத் போர்

பாமினி அரசு என்பது விஜயநகரத்தின் நேர் வடக்கே இருந்த இஸ்லாமிய அரசு.

ஆரம்பத்தில் தக்காண சுல்தானியமாக ஒரே ராஜ்ஜியமாக இருந்த பாமினி அரசு, பின்னர் பீஜப்பூர், அகமது நகர், பிடார், பெரார், கோல் கொண்டா என ஐந்து சிறு சுல்தானியங்களாகச் சிதறுண்டு ஐந்து சுல்தான்களால் ஆளப்பட்டு வந்தது. இவர்கள் மொத்தமாக பாமினியர்கள் என்றழைக்கப்பட்டனர்.

முஸ்லிம்களான பாமினியர்கள், இந்து மதத்தைக் காப்பதற்காகவே தோன்றிய விஜயநகரத்தை எப்போதும் விரோதியாகவே பார்த்தார்கள். மத ரீதியான பகை ஒருபுறம் என்றால் பாமினி அரசுக்கும் விஜயநகரத்துக்கும் இடையே இருந்த ராய்ச்சூர் ஆற்றுப் பிரதேசம் யாருக்குச் சொந்தம் என்பதிலும் தொடர்ந்து இவர்களுக்குள் மோதல் நடந்தது. இதனாலேயே சின்னச் சின்னதாக எழுந்த காரணங்களைக் கற்பித்துக் கொண்டு ஒருவரையொருவர் அடித்துக் கொண்டார்கள்.

ஒருமுறை முதலாம் முகமது என்கிற பாமினி அரசர் தங்கக் காசுகளை அச்சிட்டு தமது நாட்டில் வழங்கினார். பாமினி அரசில் இருந்த இந்து பொற் கொல்லர்கள் அந்தக் காசுகளை உருக்கிப் பொன்னாக்கி விஜய நகருக்கு அனுப்பி விட்டார்கள். விஜயநகர அரசர்கள் அந்தத் தங் கத்தைக் காசாக அடித்து தங்கள் நாட்டில் விநி யோகித்து விட்டார்கள். இதனால் இரு நாடு

களுக்கும் இடையே சண்டை மூண்டது.

மற்றொரு முறை வாரங்கலை ஆண்ட இந்து மன்னர் ஒருவர், பாமினி ராஜ்ஜி யத்துக்காக வரவழைக்கப்பட்ட குதிரைகளை குறுக்கே புகுந்து வாங்கி விட்டார். பாமினி அரசர் இதனால் கோபம் கொண்டு அந்த அரசரின் மேல் படையெடுத்து அவரின் தலையையே வாங்கிவிட்டார். இதனாலும் பாமினிக்கும் விஜயநகரத்துக்கும் மோதல் ஏற்பட்டது.

இதேபோல் வேறொரு பாமினி சுல்தானின் மகன் திருமணத்துக்கு டெல்லியி லிருந்து நூற்றுக் கணக்கான பாடகர்களும், நாட்டியக்காரிகளும் வந்திருந் தார்கள். நிகழ்ச்சி முடிந்ததும் பாமினி சுல்தான் அவர்களிடம் ஒரு ஓலையைத் தந்து, 'இதைக் கொண்டுபோய் விஜயநகர மன்னரிடம் கொடுத்து வெகுமதி பெற்றுக் கொள்ளுங்கள்' என்று அனுப்பி விட்டார்.

இது விஜயநகர மன்னரை வெறுப்பேற்றுவதற்காகவே செய்யப்பட்டது. இதை அறியாத அந்த அப்பாவி கலைஞர்கள் விஜயநகர மன்னரிடம் சென்று 'பாமினி மன்னர் சொல்லியனுப்பினார்' என்று சொல்லி தலையைச் சொறிய 'எவன் வீட்டுக் கல்யாணத்துக்கோ தண்டம் அழ நான் என்ன இளித்தவாயனா? என்று அப்போதும் ஒரு போர் நடந்தது.

இப்படி மாறி மாறிப் போர் செய்வதும் அவர்கள் இவர்களை ஜெயிப்பதும் இவர்கள் அவர்களை தோற்கடிப்பதுமாக இது தொடர்கதையாகவே இருந்தது.

கிபி 1501லேயே பாமினி சுல்தான் 'மஹ்மூத் காஜி முஜாஹித்' விஜயநகரப் பேரரசு அழியும்வரை ஓய்வில்லாமல் ஜிகாத் செய்ய வேண்டும் என்பதாக ஒரு அரசாணை பிறப்பித்தான். இப்படி இவனால் தூண்டப்பட்ட முஸ்லிம் அரசுகள் எல்லாம் சேர்ந்து கிபி 1509ல் விஜயநகரப் பேரரசின் மீது படை யெடுத்தனர். துருக்கியிலிருந்து வந்து கர்னாடகத்தில் அடில் ஷாஹி வமி சத்தை நிறுவிய ஒட்டாமான் துர்க் இனத்தவனான யூசுப் அடில் ஷா, பிடாரின் முதல் சுல்தான் காசிம் பரித், நிஜாம் வம்சத்தவனான ஃபாதுல்லா போன்ற வர்களும் இணைந்து கொண்டனர்.

கிருஷ்ணதேவராயர் கோபமடைந்தார். பாமினியார்களுக்கு சரியான பாடம் கற்பிக்கத் தீர்மானித்தார். அவர்கள் இனி எப்போதும் தலை தூக்காதபடி முழுமையாக அடித்து வீழ்த்த முடிவெடுத்தார்.

பாமினி அரசுகளுடனான இந்தப் போருக்கு அக்கம் பக்கத்து இந்து அரசர்கள் அனைவரும் கிருஷ்ணதேவராயருக்கு உதவி செய்ய முன் வந்தனர். அவரவர் படையுடன் வந்து இணைந்து கொண்டனர்.

ஐந்து பாமினி அரசர்களையும் எதிர்த்து விஜயநகரத்தின் கடல் போன்ற பெரும் படை உற்சாகத்துடனும் ஆரவாரத்துடனும் புறப்பட்டது.

'பார்போஸா' என்பவர் கிருஷ்ணதேவராயரின் காலத்தில் இருந்த போர்த் துக்கீசிய யாத்திரிகர். அறிஞர். கிருஷ்ணதேவராயரின் படையெடுப்புகளை உடனிருந்து பார்த்தவர். இந்தியாவின் தக்காண (இன்றைய ஜதராபாத்) பகுதிக்கு வந்து சுற்றுப்பயணம் செய்து, பயணக் குறிப்புகள் எழுதியவர். இவர் ராயரின் அரண்மனைக்கு வந்து தங்கி, ராயர் கால நாட்டுநடப்புகளை நேரில் கண்டு எழுதியுள்ளார்.

அவர் எழுதிய நூலில், கிருஷ்ணதேவராயரின் படையெடுப்புகளைப் பற்றி விவரிக்கிறபோது, 'விஜயநகரப் படைகள் செல்வது ஒரு நகரமே நகர்ந்து செல்வதுபோல்தான் இருக்கும்!' என்று வியக்கிறார்.

ஆம்! படையெடுப்பு என்றால் அரசரும், தளபதிகளும், குதிரைகளும், யானைகளும், ஆயுதங்களும், பீரங்கிகளும்தான் செல்லும் என்றில்லை. கூடவே இன்னும் பலவகையான ஆட்களும்கூட உடன் செல்வார்கள்.

படையெடுப்பு தொடங்கும்போது பாசறையில் முதலில் அமைக்கப்படுவது அரசரின் கூடாரம்தான். மிகப் பிரமாண்டமான கூடாரம். உள்ளே அரண் மனை போலவே சகல வசதிகளும் கொண்ட கூடாரம். அதில் படுக்கை அறை, குளியல் அறை, மந்திரிகளுடன், தளபதிகளுடன் ஆலோசனை நடத்த அறை, அரசரின் மெய்க்காப்பாளர்கள் தங்கும் அறை, சேவகர்கள் தங்கும் அறை, அதுமட்டுமல்ல, போரின் இடையே அரசருக்கு அலுப்பு ஏற்பட்டால் ஆடல் பாடலைக் கண்டு ரசிப்பதற்கு, (அந்தப்புர அழகிகளும், ஆடல் மகளிரும், இசைக் கலைஞர்களும் இதற்கென கூடவே வருவார்கள்) உணவு உண்பதற்கான ஆசனங்கள், உறங்குவதற்கான பஞ்சணை முதலிய சகலமும் இதற்குள் இருக்கும்.

மன்னரின் கூடாரத்துக்கு அடுத்த வரிசையில் அரச குடும்பத்தினரும் ராஜ குமாரர்கள், ராஜ குமாரிகளும் தங்கியிருப்பார்கள். 'அட! பெண்கள் கூடவா என்றால்?' 'ஆம்!'

கிருஷ்ணதேவராயர் காலத்துக்கு முன் வீரர்கள் போருக்குப் புறப்பட்டால் வீரர்களின் மனைவிகளும், குழந்தை குட்டிகளும்கூட அவர்களுடனே செல்லும் வழக்கமிருந்தது.

'மனைவி, குழந்தைகள் கூடவே வருவதால் அவர்களைக் காப்பாற்றுவதற்கா கவாவது வீரர்கள் கடுமையாகப் போரிடுவார்கள்' என்பதுதான் காரணம்!

இந்த வழக்கத்தை கிருஷ்ணதேவராயர் விரும்பவில்லை.

'போர் வீரர்களின் எண்ணமெல்லாம் எதிரிகளை வீழ்த்த வேண்டும் என் பதில் மட்டும்தான் இருக்க வேண்டும். அதைவிட்டு 'பின்னால் தங்களுடன் வந்திருக்கும் தன் குடும்பத்தினரின் கதி என்னவாகுமோ?' என்கிற கலக்கம் தோன்றினால் அதனால் நமக்குப் பின்னடைவுதான் ஏற்படும்' என்று கருதினார். எனவே முதற்காரியமாக இந்த வழக்கத்தை ஒழித்தார்.

ஆனால் ராஜகுடும்பத்துப் பெண்கள் உடன் வருவதை மட்டும் அவரால் தடுக்கவே முடியவில்லை.

இந்த அரச குடும்பத்தினரின் கூடாரங்களுக்குப் பின்னால் வரிசையாக கடைகள் விரிக்கப்பட்டிருக்கும். விலையுயர்ந்த துணி வகைகள், வைர வைடூரிய ஆபரணங்கள், அவைகளைச் செய்யும் பொற் கொல்லர்கள், இன்னும் வாசனைத் திரவியங்கள், அலங்காரப் பொருள்கள் போன்றவை களை விற்பனை செய்யும் கடைகள்.

அதற்கும் பின் வரிசையில் தளபதிகள், சேனாதிபதிகள், பாளையக்காரர்கள், அமர நாயகர்கள் போன்றவர்களுக்கான கூடாரங்களும், அவர்களுக்குப் பின்புறம் போர் வீரர்கள், குதிரைகள், யானைகள், பொதி சுமக்கும் எருதுகள், வண்டிகள் எல்லாம் அணி வகுத்திருக்கும்.

கடைசியாக இன்னும் சில அத்தியாவசிய கடை வரிசைகள். படையினரின் சமையலுக்குத் தேவையான உப்பு, புளி, மிளகாய் முதற்கொண்டு, கால் நடைகளுக்கான தீவனங்கள், காலணிகள், துணி மணிகள், தின்பண்டங்கள் போன்ற எல்லாமும் கிடைக்கும் விதவிதமான கடைகள்.

இவர்களுக்குப் பின்னால் படையினருக்கு உதவி செய்யும் தொழிலாளர்கள், ஆங்காங்கே பீப்பாய்களிலும் , தோல் பைகளிலும் தண்ணீர் சேகரித்து வைத்துக் கொண்டு படையினரின் தாகத்துக்கு தண்ணீர் விநியோகிப்பவர்கள், ஆயுதங்கள் செய்து தரவும், பழுது பார்க்கவும் கருமான்கள் மற்றும் தச்சர்கள், சலவை செய்பவர்கள் என்று ஏராளமான பணியாளர்கள் கூடவே செல்வார்கள்.

வீரர்களின் ஆடைகளை சுத்தம் செய்வோர், போரில் காயம்பட்டவர்களுக்கு சிகிச்சை அளிக்கும் மருத்துவர்கள் தங்குவதற்கு தனித்தனி கூடாரங்கள்.

இப்படியாக லட்சக்கணக்கான பேர் கூடாரங்களில் தங்கி படையினர் நகரும்போதெல்லாம் கூடவே செல்வதை, 'நகரமே நகர்கிறது' என்று பார்போஸா சொன்னது மிகையேயில்லை.

ஒன்று முக்கியமாகச் சொல்லவேண்டும்! கிருஷ்ணதேவராயரின் படை வீரர்களில் முஸ்லிம் வீரர்களும் இருந்தார்கள். கிருஷ்ணதேவராயர் அவர் களையும் இந்து வீரர்களுக்குச் சமமாகவே நடத்தினார். சமயத்தில் அவர் முஸ்லிம் வீரர்களை முன்னிலையில் அனுப்பியும் யுத்தம் நடத்துவதுண்டு.

இந்த ஒரு விஷயத்தில் மட்டும் அமைச்சர் திம்மையா கிருஷ்ணதேவராயரின் கருத்தோடு உடன்படுவதில்லை.

'நாம் எதிர்ப்பதோ முகமதியர்களான சுல்தான்களை. அப்படியிருக்கும்போது முன்னணியில் முஸ்லிம் வீரர்களை அனுப்பினால் அது எப்போதும் ஆபத்தானதுதான்' என்பார் அப்பாஜி.

கிருஷ்ணதேவராயர் தீர்மானமான நம்பிக்கையுடன் சொல்வார்.

'இல்லை. நம் இந்து வீரர்களிலாவது ஒரு சிலர் நமக்கு நம்பிக்கை துரோகம் செய்யலாம். ஆனால் முஸ்லிம் வீரர்கள் அப்படிப்பட்டவர்கள் அல்ல. தீவிரமான விசுவாசிகள்'

கிருஷ்ணதேவராயரின் இந்த நம்பிக்கை அவரைப் பொருத்தவரை வீண் போகவில்லை. அவர் காலத்தில் முஸ்லிம் வீரர்கள் எண்ணற்ற போர்களில் ஆவேசத்துடன் போரிட்டு விஜயநகரத்துக்கு வெற்றி தேடித் தந்தார்கள்.

ஆனால் அப்பாஜி சந்தேகித்தபடியும் நடந்தது. அது கிருஷ்ணதேவராயரின் காலத்துக்குப் பின் விஜயநகர வீழ்ச்சியின் கடைசி காலகட்டத்தில் தலைப் போரில் ஏற்பட்டது.

சரி! இப்போது பாமினியர்களுடனான போரைப் பார்ப்போம்.

பாமினிப் போர்

பாமினி பகுதியை ஆண்டு வந்த மொகலாய மன்னர்களை சுல்தான் என்று அழைப்பர்; சுல் தான் என்றால் 'ராஜா' என்று பொருள். பாமினி சுல்தான் முகம்மது ஷா, பீஜப்பூர் சுல்தான் யூசுப் அடில்கான் ஆகிய இருவரும் கூட்டணி அமைத்து, தங்கள் படைகளுடன் கிருஷ்ணதேவ ராயரை 'உண்டு; இல்லை' என்று பண்ணி விடுவது என தீர்மானித்தனர்.

ஒற்றர்கள் மூலம் செய்தியை அறிந்தார் ராயர். எதிரிப் படைகள் எண்ணிக்கையில் வலுவானதாக இருந்தாலும், போர்த் தந்திரங்கள் தெரியாத பல வீனமான படை அது என்பதை உணர்ந்தார்.

உடனே தன் படைகளையும் போருக்கு ஆயுத்தப் படுத்தினார்! - ரகசியமாக.

விஜய நகரை நோக்கி அதிவேகமாக வந்து கொண்டிருந்தன பாமினி படைகள்.

இருப்பினும், ராயர் மீது போர் தொடுப்பதில் சுல்தான் முகமது ஷாவுக்கு விருப்பமில்லை. நாடு இருக்கும் நிலையில், இந்தப் போர் தேவையற்றது என்று கூறினார். ஆனால், பீஜப்பூர் சுல்தான் யூசுப் அடில்கான் தான் அவரைத் தூண்டினார்.

'இப்படியே நாம் கண்டுகொள்ளாமல் இருந்து விட்டால், அந்த ராயர் அடுத்து நம் நாட்டின் மீதுதான் போர் தொடுப்பான். இந்த விஷயத்தில் நாம் தும்பை விட்டுவிட்டு வாலைப் பிடித்துப் பயனில்லை. நாம் முந்திக்கொண்டால்தான், நமக்குப் பாதுகாப்பு' என்றான் அடில்கான்.

'உமது படைகளை மட்டும் எனக்குக்கொடு! போரை நான் நடத்தி, வெற்றியோடு வருகிறேன்' என்றான்.

பின்னர், முகம்மது ஷாவும் போரில் அவனுடன் கூட்டுச்சேரும்படி ஆயிற்று.

பாமினிப் படைகள் பாய்ந்து வருவதை அறிந்த ராயர், அதே வேளையில் விஜயநகரப் படைகளையும் அதை எதிர் கொள்ள ஏவினார்.

'டோனி' (Doni) என்னுமிடத்தில் பாமினிப் படைகளைத் தடுத்து நிறுத்தின ராயரின் படைகள்.

ராயர் வகுத்தளித்த போர்த் தந்திர முறைகள் பாமினி படைகளை நிலை குலையச் செய்தன.

எதிர்நோக்கி வந்த ராயர் படைகள் திடீரென இரு பிரிவாகப் பிரிந்து பாமினி படைகளைப் பக்கவாட்டில் தாக்கின. இதனால் பாமினி படைகளும் இரு பிரிவாகி எதிரிகளுடன் சண்டையிட நேர்ந்தது.

அந்தச் சமயம் ராயரின் மற்றொரு படை முன்னேறி வந்து பாமினி படை களை நேருக்கு நேர் தாக்கின.

எதிரிகளை எந்தப் பக்கத்திலிருந்து தாக்குவது என்று புரியாமல் பாமினி படைகள் குழம்பின. உயிர்ச்சேதம் அதிகரித்தது.

கிருஷ்ணதேவராயரிடம் ஒரு கொடிய வழக்கம் - தனது போர் வீரர்கள் களத் திலிருந்து பின்வாங்கி ஓடி வந்தால் - அவர்களைத் தானே தன் கை வாளால் வெட்டிக் கொல்லுவார்.

இதற்குப் பயந்துகொண்டே, ராயர் வீரர்கள் களத்தில் ஆக்ரோஷமாக எதிரி களைத் தாக்குவர், களத்திலிருந்து பின் வாங்கி இழிவான மரண தண்டனை பெறுவதைவிட, களத்தில் வீர மரணம் எய்தினால், மதிப்பும் மரியாதையும் குடும்பத்தினருக்கு நிதி உதவியும் கிடைக்குமே!

பாமினி படைகள் சிதறுண்டு பின்வாங்கின. உயிரைக் காப்பாற்றிக்கொள்ள அவர்கள் தங்கள் தலைநகரை நோக்கிப் பின்வாங்கி ஓடினர்.

வழக்கமாக, தோற்று ஓடும் படைகளைத் துரத்திச் சென்று தாக்குவது வழக்க மல்ல; எப்போது, எதிரிகள் தோற்று ஓடிவிட்டார்களோ, அப்போதே வெற்றி கிடைத்து விட்டதே!

ஆனால், பாமினிப் போரில் ராயர் இந்தச் சம்பிரதாயத்தைக் கடைபிடிக்க வில்லை.

தோற்று ஓடும் எதிரிப் படைகளைத் துரத்திச் சென்று முற்றாக அழிக்கும்படி ஆணையிட்டார்.

இனி, மற்ற அண்டைநாடுகள் தன்னிடம் போருக்கு வர அஞ்ச வேண்டும் என்பதற்காகவே, தோற்றோடிய படைகளைத் துரத்திச் சென்று அழிக்கச் சொன்னார்.

மீண்டும் இரு படைக்கும் கோவலகொண்டா (கோல்கொண்டா அல்ல) என்னுமிடத்தில் பெரும் போர் நடந்தது.

கோவலகொண்டாவில் ராயர் படைகளே இறுதி வெற்றி கண்டன.

முகம்மது ஷாவைப் போருக்குத் தூண்டிவிட்ட பீஜப்பூர் சுல்தான் யூசுப் அடில்கான் இந்தப் போரில் கொல்லப்பட்டான். போரின்போது எங்கிருந்தோ வந்த அம்பு ஒன்று அவனது குதிரையின் மார்பைத் துளைக்க, குதிரை அலறி வீழ்ந்தது. குதிரையின் மீதிருந்த அடில்கான் நிலை குலைந்து குப்புற வீழ்ந் தான். கீழேயிருந்த பாறைக் கல்லில் அவன் தலை மோதி, படுகாயமுற்று, மயக்கமடைந்தான். கண் விழிக்காமலேயே உயிர் துறந்தான்.

மன்னனை இழந்த பீஜப்பூர் அரசில் குழப்பமும் ஒழுங்கின்மையும் தலை தூக்கின.

பீஜப்பூரின் ஸ்திரமற்ற நிலையைத் தனக்கு சாதகமாகப் பயன்படுத்திக் கொள்ள நினைத்த ராயர், கிருஷ்ணா நதிக்கும் துங்கபத்திரா நதிக்கும் இடையில் உள்ள ரெய்ச்சூர் கோட்டையின்மீது படையெடுத்தார்.

ரெய்ச்சூரைக் கைப்பற்றிய பின் ஒரு நாளைக்கு ஒரு கோட்டை வீதம் குல்பர்கா, பெரார் முதலிய கோட்டைகளை கைப்பற்றினார். இது நடந்தது கி.பி.1512ல்.

கிருஷ்ணதேவராயரின் தொடர் வெற்றிகளைக் கண்டு பாமினி சுல்தான்கள் அஞ்சி நடுங்கினர்.

ராயர் இப்போது ஒரு தந்திரம் செய்தார்.

பாமினி அரசுகள் தன்மீது போர் தொடுக்க பாமினி சுல்தான் முகம்மது ஷா காரணமல்ல என்பதும் பீஜப்பூர் சுல்தான் அடில்கான் தூண்டுதலின் பேரில் தான் இந்தப் போர் நடந்தது என்கிற உண்மையும் அவருக்குத் தெரியவந்தது.

அதனால் சுல்தான் முகம்மது ஷாவைத் தொடர்புகொண்டு, 'இனி பாமினி அரசுகளின் ஆட்சிப் பொறுப்பை உம்மிடமே ஒப்படைக்கிறேன். விஜயநகர அரசுக்கு முறையாகக் கப்பம் செலுத்தி வாருங்கள். உமக்கு வேண்டும் உதவிகளையும் விஜயநகர அரசு செய்யும். வேறு பகைவர் உம்மை அணுகாமல் யாம் பார்த்துக்கொள்வோம்.' என்று உறுதி அளித்தார்.

முகம்மது ஷாவை பாமினி சுல்தானாக மீண்டும் நியமித்துவிட்டு, தலைநகர் திரும்பினார்.

இதில் என்ன ராயரின் தந்திரம் என்கிறீர்களா? அதாவது, முகம்மது ஷாவை மீண்டும் பாமினி சுல்தானாக நியமிப்பதன் மூலம், மற்ற பாமினி சுல்தான் களுக்கு அவர் மீது பொறாமை வரும். அவர் ராயரின் ஆள் என்கிற நோக்கில் இனி அவருடன் யாரும் கூட்டு சேர மாட்டார்கள். மாறாக, வெறுப்பு கொள்வார்கள்.

ஒருவர் மற்றவனை நம்பாத சூழ்நிலையில் அவர்களுக்குள் ரகசிய உறவு உண்டாக வழியில்லை. மேலும், ஒருவருக்கொருவர் சந்தேகமும் வெறுப்பும் அதன் காரணமாக உட்பூசலும் கொண்டிருப்பர். இது விஜயநகர அரசுக்கு சாதகமான பாதுகாப்பு எனக் கருதினார் ராயர்.

அது பலனளிக்கத்தான் செய்தது.

பாமினி போர் நடந்த விதம்:

பாமினி யுத்தம் நடந்த விதம் பற்றி தெலுங்கு 'ராயவாசகமு' (ராய வாசகம்) நூலில் விவரிக்கப்பட்டுள்ள பகுதி:

மூன்று இஸ்லாமிய சுல்தான்களாகிய பீஜப்பூர் அடில்ஷா, கோல்கொண்டா குதுப்ஷா, பிடார் பகுதி பிராட் ஷா (Birad shah) ஆகியோர் தங்களுடைய படைகளைத் திரட்டிக்கொண்டு, கிருஷ்ணா நதியைக் கடந்து, தெற்குக் கரையில் கூடாரங்களை அமைத்து முகாமிட்டனர்.

அவர்களது படையில் ஒரு லட்சம் குதிரைகளும், ஓராயிரம் யானைகளும் இருந்தன.

கிருஷ்ணதேவராயர் தமது ஒற்றர்கள் மூலம் அவர்களது படை பலத்தையும், அதற்குப் பின்புலமாக இருக்கும் உணவுப் பண்டங்கள் உள்ளிட்ட பொருள் பலத்தையும் அறிந்துகொண்டார்.

தனது தளபதிகளுள் ஒருவரான பெம்மசானி ராமலிங்கத்தையும் மற்றும் சில முக்கியப் பிரதானிகளையும் அழைத்து ஆலோசனை நடத்தினார்.

பெம்மசானி ராமலிங்கம், 'அரசே, என்னை ஒரு சிறு படையுடன் தாங்கள் அனுப்பினால், இரவில் ரகசியமாக அவர்கள் களத்தினுள் புகுந்து கண்ணி மைக்கும் நேரத்தில் அவர்களின் கூடாரக் கயிறுகளை அறுத்துவிடலாம். அவர்கள் ஆயுதங்களுடன் சுதாரிப்பது கடினம். அதற்குள் நமது படை, எதிரிகளின் மீது பாய்ந்து, அவர்களை துவம்சம் செய்து விடலாம்' என்றார்.

அவரது யோசனையைக் கேட்டு மகிழ்ந்த ராயர், அவரது திட்டத்தை ஏற்றுக் கொண்டதற்கு அடையாளமாக வெற்றிலை பாக்கு தாம்பூலத்தை அவருக்கு வழங்கினார்.

ராமலிங்கம் உடனே தனது படையுடன் விரைந்தார். எட்டாயிரம் வீரர்கள் அவர் பின்னே அணிவகுத்து நின்றனர்.

ஆனால் எதிரிகள் பக்கமோ 60 ஆயிரம் வாட் போர் வீரர்களும், அவர்களுக்கு உதவியாக 10 ஆயிரம் குதிரைப் படையினரும், ஓராயிரம் யானைப் படையினரும் இருந்தனர்!

ராயரின் படைகள் முதலில் எதிரிகளுடைய யானைப் படையையும் குதிரைப் படையையும் வாளினாலும், ஈட்டியினாலும் தாக்கி, ஒரு சில மணி நேரத்துக்குள் எதிரிகளின் 4 ஆயிரம் குதிரைப்படைகளையும், பின்னர் 4 ஆயிரம் காலாட் படைவீரர்களையும் கொன்றனர்.

ராமலிங்கம் மின்னல் வேகத்தில் பாய்ந்து கூடாரங்களின் கயிறுகளை வாளால் துண்டித்தார்.

அடுத்து ஒரு சமிக்ஞை கொடுத்தார்.

உடனே கிருஷ்ணதேவராயர் தமது பட்டத்து யானை மீது ஏறி, தம் படைகளுடன் போர்க்களத்தில் தோன்றினார்.

அவரது படையில் 120 யானைகளும் ஏராளமான வீரர்களும் இருந்தனர்.

போர் நடந்த சமயத்தில் கிருஷ்ணா நதியில் வெள்ளப்பெருக்கு ஏற்பட்டது.

ராயரின் படைகள் முதலில் எதிரியின் யானைப் படைகளைத் தாக்கின. அது வெப்பமான காலம் என்பதாலும், போர்க்களத்தில் அனல் காற்று வீசிய தாலும் யானைகள் வெப்பத்தைத் தாங்க முடியாமல் அவதிப்பட்டன. கிருஷ்ணா ஆற்றில் கரைபுரண்டு ஓடும் வெள்ளத்தால் அங்கிருந்து குளிர் காற்று வீசியது. யானைகள் வெப்பத்திலிருந்து தப்பிக்க அந்தக் குளிர்ச்சியை நாடி ஓடின.

அவ்வாறு ஓடியவை, தங்கள்மீது அமர்ந்திருந்த வீரர்களையும் அம்பாரியிலிருந்து கீழே உதறித்தள்ளிவிட்டு நீருக்குள் இறங்கின.

மீண்டும் கரை ஏறத் தெரியாமல், அவை வெள்ளத்தில் சிக்கி, அடித்துச் செல்லப்பட்டன.

எஞ்சியுள்ள படை வீரர்களும் எதிர்த்து நிற்க முடியாமல், ஆற்றில் இறங்கி, நீந்தி தப்பித்துக்கொள்ள முயன்றனர்.

ஆனால் அது பலன் தரவில்லை. வெள்ளத்தின் வேகத்தில் அவர்களும் அடித்துச் செல்லப்பட்டனர்.

எதிரிப்படைகளில் மூன்றில் ஒரு பங்கினர்தான் ஆற்றின் தென்கரையில் எஞ்சியிருந்தனர்.

அவர்கள் யானைகளின்மீதும் படகுகளின்மீதும் ஏறி, அவரவர் தலைநகரான பீஜப்பூர், கோல்கொண்டா, அகமதுநகர் ஆகிய இடங்களுக்குப் பின்வாங்கிச் சென்றனர்.

ராயரின் படையினர், எதிரிகள் விட்டுச் சென்ற தலைவனின்றி இருக்கும் யானைகளையும், குதிரைகளையும் கைப்பற்றினர். அவர்களது கூடாரங்களில் உள்ள ஆயுதங்களையும் முரசங்களையும் கவர்ந்து கொண்டனர்.

வெற்றிக்குப் பின்னர், கிருஷ்ணதேவராயர் தனது பேரரசின் தர்பாரைக் கூட்டினார். அதில் அமைச்சர் அப்பாஜி, படைத் தளபதிகள், அய்யமராசு, கொண்டமராசு, பாச்சராசு, புலவர்கள், முக்கு திம்மண்ணா, அல்லசாணி பெத்தண்ணா, மாதயகாரி மல்லண்ணா உள்ளிட்டோர் வந்திருந்தனர்.

அப்போது முக்கு திம்மண்ணா, பேரரசரின் வெற்றி குறித்து ஒரு பாடல் பாடினேன். அதன் பொருள்:

'கிருஷ்ண ராயா!
உன் பெயரைச்
சொன்ன மாத்திரத்திலேயே
முகமதிய எதிரிகள்
உடைபட்டுப் போனார்கள்
எதிரியின் யானைகள்
உமது உருவில்
அவற்றின் தலைவனான
யானையை (கஜேந்திரனை)
காத்த மகாவிஷ்ணுவையே
கண்டன.
அதனால் பின்வாங்கி
ஓடிவிட்டன.'

- இதுவே அப்பாடலின் பொருள்.

வெற்றியுடன் நாடு திரும்பிய ராயர் அடுத்ததாக உம்மத்தூரின் மீது போர் தொடுத்தார்.

உம்மத்தூர் போர்

உம்மத்தூரின் பாளையக்காரனான கங்கராஜன், கிருஷ்ணதேவராயரின் முன்னோர்கள் காலத்திலிருந்தே கப்பம் கட்ட மறுத்து காவேரிப் பகுதியை சுதந்தரமாக ஆண்டு வந்தான். இந்தச் சிற்றசரனிடம் ஸ்ரீரங்கப்பட்டிணம், சிவசமுத்திரம் ஆகிய இரண்டு கோட்டைகளிருந்தன.

இந்த இரண்டு கோட்டைகளும் காவேரி கிளை நதிகளுக்கு இடையில் உள்ள தீவுகளில் அமைக்கப்பட்டிருந்ததால், படையெடுத்து வரும் எதிரிகள் அவ்வளவு எளிதாகக் கோட்டையை நெருங்கி விட முடியாது.

அடுத்தடுத்து படையெடுப்பு நடத்தி ராயர் பலரையும் வீழ்த்திவரும் செய்தியை அறிந்ததுமே உம்மத்தூர் மன்னன் கங்கராஜூ, ராயரின் அடுத்த இலக்கு தன் நாட்டின் மீதுதான் இருக்கும் என்பதை ஊகித்துவிட்டார்.

ஒற்றர்கள் மூலம் அதை உறுதிப்படுத்திக்கொண்டார்.

அதனால், ராயரது படையெடுப்புக்கு அஞ்சி கங்கராஜூ தலைநகரத்தை ஸ்ரீரங்கப்பட்டிணத்திலிருந்து சிவசமுத்திரத்துக்கு மாற்றி, அக்கோட் டையைப் பெரும்படைகளாலும், படைக்கலங்களாலும் பலப்படுத்தினார்.

அந்த உம்மத்தூர் போர் கிருஷ்ணதேவராயருக்கு பெரிய சவாலாகத்தான் இருந்தது.

போர் இரண்டாண்டுகள் நடைபெற்றது. கிருஷ்ணதேவராயர் 1511முதல் 1512வரை விடாப்பிடியாக இரண்டு கோட்டைகளையும் முற்றுகையிட்டுத்

தாக்கினார். இறுதியில் கிருஷ்ணதேவராயரை எதிர் கொள்ள முடியாமல் திணறிப் போன கங்கராஜன் வேறு வழியின்றி கோட்டையிலிருந்து வெளியேறித் தப்ப முயன்றபோது காவேரி நதியில் மூழ்கி மரணமடைந்தான். அவனது கோட்டைகள் கிருஷ்ணதேவராயரின் வசமாகின.

கங்கராஜனின் தளபதியும் வீரர்களும் சரணடைந்தனர். ஆனால் ராயர் அவர்களைக் கொல்லவில்லை. தீரமாகப் போரிட்ட எதிரித் தளபதியைப் பாராட்டி அவனையே உம்மத்தூர் கோட்டைக்குத் தலைவனாக்கினார். இனி அந்தத் தளபதியே அந்த மாநில ஆளுநர். முறையாக ராயருக்கு அவன் கப்பம் செலுத்தி, அரசாட்சி செய்துவர வேண்டும்.

ராயர், தன் படைகளுடன் விஜயநகரம் திரும்பினார்.

இதைத் தொடர்ந்து விரைவிலேயே அவர் மற்றொரு படையெடுப்புக்கும் தயாராக வேண்டி வந்தது.

அது, கலிங்கம் என்னும் ஒரிசா மன்னன் பிரதாப ருத்ர கஜபதியுடனான போர்!

அன்னையின் ஆணை அது!

விக்கிரகத்துக்காக ஒரு வீரப்போர்

'**கி**ருஷ்ணா! விஜயநகரைக் காப்பதற்காகவும் அதை விஸ்தரிப்பதற்காகவும் பல போர்களை நிகழ்த்தும் நீ அத்துடன் உன் அன்னைக்காகவும் ஒரு போரை நடத்த வேண்டியிருக்கும்' என்றார் கிருஷ்ணதேவராயரின் தாய் நாகலாம்பிகை.

கிருஷ்ணதேவராயர் தன் தாய் மீது மிகுந்த பாசம் கொண்டவர். பின்னாளில் தன் தாயார் பெயரி லேயே 'நாகலாபுரம்' என்கிற நகரத்தைத் தோற்று வித்தவர்.

'கட்டளையிடுங்கள் தாயே! உடனே செய்து முடிக்கிறேன். எந்த நாட்டை நான் கைப்பற்ற வேண்டும்?' என்று கேட்டார்.

'கலிங்கம்!'

திகைத்துப் போனார் கிருஷ்ணதேவராயர்.

'அம்மா! அடுத்ததாக நான் கலிங்கத்தைத்தான் தாக்க நினைத்திருக்கிறேன். நமது முன்னோர்கள் காலத்தில் கலிங்கத்துக்கு கஜபதிகளுக்கும் நமக்கும் நடந்த போர்களில் அவர்களிடம் நாம் பலமுறை அடி வாங்கியிருக்கிறோம். நமது பிரதேசங்கள் பலவற்றை அவர்கள் பறித்துச் சென்றிருக்கிறார்கள். அதில் மிக முக்கியமானது உதயகிரி, கொண்டவீடு.

இம்முறை நான் அவர்களை விடுவதாயில்லை. நிச்சயம் நான் அவர்களைத் தோற்கடித்து நம் பிரதேசங்களை மீட்பேன்' என்றார் கிருஷ்ணதேவராயர்.

'கலிங்கத்தைக் கைப்பற்றுவாயோ அல்லது நாம் இழந்த பிரதேசங்களை மீட்பாயோ அதைப் பற்றி எனக்குக் கவலையில்லை. அவர்கள் கடந்த போரின்போது நமது கிருஷ்ணனின் கோயிலிலிருந்து மூல விக்கிரகமான பால கிருஷ்ண விக்கிரகத்தைத் தூக்கிக்கொண்டு போய்விட்டார்கள். அதிலிருந்து அக்கோயில் கர்ப்பகிரகம் மூளியாகவே இருக்கிறது. அதைப் பார்க்கும்போதெல்லாம் என் மனம் மிகவும் வேதனைப்படுகிறது. அந்த விக்கிரகத்தை நீ மீட்டுக் கொண்டு வரவேண்டும் கிருஷ்ணா.'

தாய் சொல்லைத் தட்டாத மகனாக, உடனடியாகக் கலிங்கத்தின் மீது படையெடுத்தார் கிருஷ்ணதேவராயர்.

அப்போதைய கலிங்க மன்னனான பிரதாப ருத்ர கஜபதியிடமிருந்து தாங்கள் இழந்த பகுதிகளான உதயகிரி, கொண்ட வீடு பிரதேசங்களை மீட்க வேண்டிய கடமையுடன் இப்போது பால கிருஷ்ணனின் திருமேனி விக்கிர கத்தையும் மீட்க வேண்டிய கடமை சேர்ந்துகொண்டது.

அதற்கான திட்டம் வகுத்து, ஒரிசா என்னும் கலிங்கத்தின் மீது போரைத் தொடங்கினார்.

ராயர், தனது முதல் போரை - கலிங்கத்து கஜபதியுடன் செய்த போரை - எப்படித் தொடங்கினார்? இதுபற்றி 'ராயவாசகமு' நூல் சொல்கிறது:

கிருஷ்ணதேவராயர் முடிசூட்டிக்கொண்ட பின், தம்மிடமுள்ள கருவூ லத்தையும் போர்ப்படைகளையும், படையெடுப்புக்கான இதர தயாரிப்புக் களையும் அமைச்சர் சாளுவ திம்மையாவுடன் பார்வையிட்டார்.

அதன்பின் தன் ஆட்சிக்கு உட்பட்டிருந்த 18 மாநிலங்களிலிருந்து, (ராயர் காலத்தில் இந்த மாநிலங்களுக்கு 'கப்பணம்' என்று பெயர்) அழைக்கப்பட்ட பிரபுக்களும் கனவான்களுக்கும் விருந்து கொடுத்தார்.

விருந்து முடிந்ததும் அவர்களுக்கு ஒரு அறிவிப்பு கொடுத்தார். அதன்படி அவர்கள் எதிரிகளின் எல்லைக்குள் 50 கி.மீ தூரம்வரை சென்று வழியில் அகப்படும் ஆடு, மாடுகள், மனிதர்கள் ஆகியோரைப் பிடித்துக்கொண்டு வந்துவிடவேண்டும்.

ஒரு சிறு படையினர் மட்டும் மகாபிரதானி திம்மையாவுக்குப் பாதுகாப்பாகத் தலைநகரில் இருப்பார்கள்.

ஏனைய படைத்தலைவர்கள், குதிரை வீரர்கள், யானைப்படையினர், அலு வலர்கள் ஆகியோரைப் போர் முரசம் கொட்டிவிட்டு, போருக்குப் புறப்படு மாறு உத்தரவிட்டார்.

நால்வகைப் படைகளும் தயார். போருக்குப் புறப்பட வேண்டியதுதான். அதற்கு முன்பாக போரைத் தொடங்க நல்ல நாள் எதுவென அறிந்து சகுனம் பார்க்கவேண்டுமே!

கிருஷ்ணதேவராயர் மஞ்சள் குங்குமம் கலந்த அரிசியை சலவைத் தொழிலாளி ஒருவனின் வீட்டுக் கூரைமேல் அவனுக்குத் தெரியாமல் எறியச் செய்தார்.

சற்று நேரத்தில் சலவைத் தொழிலாளி மன மகிழ்ச்சியோடு ஒரு பாடலைப் பாடினான். பாடலின் பொருள்:

'கொண்ட வீடு நம்முடையதே; கொண்டபள்ளியும் நம்முடையதே. யாராவது என்னுடைய கூற்றை நம்பாவிடில், அவர்களது நாடு நகரமும் நம்முடையதே!'

சலவைத் தொழிலாளியின் வீட்டை உளவு பார்த்துக்கொண்டிருந்த வீரர்கள், ஓடோடி வந்து சலவைத் தொழிலாளியின் பாடலை ராயருக்குத் தெரிவித் தார்கள்.

ராயர் மகிழ்ந்து, 'சரியான தருணம் இதுவென்று இறைவனின் உத்தரவு கிடைத்துவிட்டது. கீழ்த்திசை நோக்கி நமது படைகள் விரைந்து செல்லட்டும்!' என்று உத்தரவிட்டார்.

அந்த ஒரே படையெடுப்பில் உதயகிரி, அத்தங்கிரி, வினுகொண்டா, பெல்லம் கொண்டா, நாகார்ஜுன கொண்டா, கெத்தவரம் முதலிய கோட்டை களைக் கைப்பற்றினார் கிருஷ்ணதேவராயர்.

இந்தப்போரை அவர் ஐந்து கட்டங்களாக (ஐந்து நிலைகளாக) நடத்தி வெற்றி கண்டார் என்கிறது வரலாறு.

முதல் கட்டம்:

1513 - ஜனவரி, முதல் கட்டமாக உதயகிரி கோட்டையைப் பெரும் படையுடன் தாக்கினார், ராயர். எதிரி மன்னன் பிரதாப ருத்ர கஜபதியும் தம்முடைய பெரும் படையைக் கொண்டு, கிருஷ்ணதேவராயரின் படைகளை எதிர்த்தார்.

ராயர், ஒரியப் படைகளைத் தோற்கடித்ததோடு விடாமல் அவற்றை கொண்ட வீடு வரை விரட்டி அடித்தார். இதற்கிடையில் உதயகிரி கோட்டையைக் கைப்பற்ற முயற்சி செய்தார். எனினும் அவரால், அந்தக் கோட்டையைக் கைப்பற்ற முடியவில்லை. காரணம், உதயகிரி கோட்டை பலமான அரணுடன் குன்றின் உச்சியில் இருந்தது. அந்தக் கோட்டைக்குச் செல்லும் வழி மிகக் குறுகியதாகவும், ஒருவர் பின் ஒருவராக மட்டுமே செல்லக்கூடிய பாதையாகவும் அது இருந்தது.

ராயர் உடனே வீரர்களை ஏவி, பாதையின் பக்கவாட்டில் இருந்த தடைகளை எல்லாம் தகர்த்து எறியச் செய்தார். அகலப்படுத்தப்பட்ட பாதை வழியே படைகள் முன்னேறி கோட்டையைச் சுற்றி முற்றுகையிட்டன.

கோட்டைக்கு உள்ளே இருந்தவர்கள் வெளித் தொடர்பின்றி நீண்டகாலம் இருக்க முடியாமல், ராயரிடம் சரண் அடைந்தனர்.

உதயகிரி கோட்டை விஜயநகரத்தின் வசமாகியது.

உதயகிரியிலிருந்து தங்களின் பால கிருஷ்ண விக்கிரகத்தை மீட்டெடுத்துக் கொண்டுவந்து அன்னையின் ஆசையைப் பூர்த்தி செய்தார் கிருஷ்ணதேவராயர்.

கலிங்கத்துடனான போர் அத்துடன் நிற்கவில்லை. கொண்ட வீட்டை மீட்பதற்காக, கலிங்க வீரர்களைத் துரத்திக் கொண்டு புறப்பட்டது விஜயநகரப் படை.

இரண்டாம் கட்டம்:

உதயகிரி கோட்டைக்கு ஒரு படையைக் காவல் வைத்துவிட்டு, மற்றொரு படை கொண்டவீடு நோக்கிச் செல்ல ஆணையிட்டார் ராயர். விஜயநகரம் திரும்பினார்.

அவரது படைகள் கொண்டவீடு செல்லும் வழியெங்கும் இருந்த கிராமங் களைக் கொளுத்தியும், கொள்ளையிட்டும் சென்றன.

கஜபதியின் படைக் கலன்களும், வெடிமருந்துகளும் கொண்ட கிடங்குள் சில, போகிற வழியில் இருந்தன. அவற்றையும் ராயர் படைகள் அழித்தன.

பின் ராயரின் படைகள் கந்துகூர், அத்தங்கி, வினுகொண்டா, பெல்லம் கொண்டா, நாகார்ஜுன கொண்டா, தாங்கடா, கெத்தவரம் முதலிய கோட்டை களை ஒன்றன்பின் ஒன்றாகத் தாக்கி எளிதாகக் கைப்பற்றிக் கொண்டு, கொண்டவீடு நோக்கிச் சென்றன.

ஆனால், மற்ற கோட்டைகளைப்போல கொண்ட வீடு கோட்டையைக் கைப் பற்றுவது அத்தனை எளிதாக இருக்கவில்லை. கிருஷ்ணதேவராயர் படை அங்கே கடும் எதிர்ப்பைச் சந்திக்க நேரிட்டது.

கொண்ட வீடு கோட்டையின் அமைப்பு அப்படியிருந்தது. அது மிக மிக உயரமான கோட்டை கொத்தளங்களோடு அமைந்து, விஜயநகர வீரர் களுக்குப் பெரும் சவாலாக இருந்தது.

கோட்டையின் மேலிருந்து எதிரிகள் தாக்க, விஜயநகரப் படைகளால் மிக உயரத்திலிருந்த அவர்களைத் திருப்பித் தாக்க முடியவில்லை. கீழிருந்து இவர்கள் நடத்திய தாக்குதல் பலன் அளிக்கவில்லை.

அந்தக் கோட்டையைக் கைப்பற்ற தளபதி நரசிம்ம நாயக்கர் மூன்று மாதங்கள் பெரு முயற்சி எடுத்தும் அவரது படையினரால் கொண்ட வீட்டைக் கைப்பற்ற முடியவில்லை.

விஷயம் கிருஷ்ணதேவராயருக்குத் தெரியவந்தது. சிறந்த பயிற்சி பெற்ற படையுடன் கொண்டவீடு கோட்டையை வந்தடைந்தார். சூழ்நிலையை ஆராய்ந்து ஒரு யுக்தி செய்தார். போரில் அதுவரை யாரும் செய்திராத யுக்தி. அது என்ன?

கோட்டையின் உயரத்துக்கு மரத்தால் சாரங்கள் கட்டி, அதன் மேல் நல்ல அகலமான மேடைகள் அமைக்கச் செய்தார்.

இம்மாதிரி ஏராளமான சாரங்கள் செய்தும், அந்தச் சாரங்களின் கீழ் சக்கரங்கள் அமைத்தும் சப்பரங்கள் போல் உருவாக்கினார்.

அந்த உயரமான சப்பரங்களின் மேடை மீது விஜயநகர வீரர்களை ஏற்றி, கோட்டையைக் காக்கும் எதிரி வீரர்களோடு சரிசமமான உயரத்தில் நின்று போரிடும்படிச் செய்தார்.

இதன்மூலம், கோட்டைக்குள் இருக்கும் படைகளை ராயரின் படைகள் எளிதில் தாக்கின. கோட்டை மீது நின்றிருந்த எதிரிகளின் மீது நேருக்கு நேர் கணைகள் தொடுத்து வீழ்த்தியது விஜயநகரப் படை.

இந்த வெற்றியைச் சாதித்தது கிருஷ்ணதேவராயரிடம் இருந்த முஸ்லிம் வீரர்கள்தான். அவர்கள் அம்பு விடுவதில் கெட்டிக்காரர்கள்.

கோட்டை வீரர்கள் இப்படி சப்பரத்தில் உள்ள வீரர்களோடு சண்டையிட்டுக் கொண்டிருந்த நேரத்தில், கீழே கோட்டை ஓரமாக முற்றுகையில் இருந்த விஜயநகரத்து வீரர்கள் கோட்டைச் சுவரின் ஒரு பகுதியை இடித்து அதன் வழியே உள்ளே நுழைந்தனர்.

கோட்டைக்குள் இருந்த, பல ஒரியா நாட்டுப் பிரபுக்களையும், முக்கியப் பிரமுகர்களையும், கஜபதியின் வாரிசான அவரது மகன் வீரபத்திரன் என்ற இளவரசனையும், கஜபதியின் பட்டத்து அரசிகளில் ஒருத்தியையும் சிறை செய்து, அவர்களைக் கைதிகளாக விஜயநகரத்துக்கு அழைத்துச் சென்றனர். அங்கு அவர்களை கிருஷ்ணதேவராயர் கைதிகளைப்போல் அல்லாமல் மிகுந்த மரியாதையுடனே நடத்தினார்.

கொண்டவீடு கோட்டை கிருஷ்ணதேவராயர் வசமாயிற்று!

மூன்றாம் கட்டம்:

மூன்றாவது கட்டமாக ராயரின் படை, கிருஷ்ணா நதிக் கரையில் உள்ள விஜயவாடா கோட்டையை நோக்கிப் புறப்பட்டது.

கோட்டையைச் சுற்றி படைகள் முற்றுகை இடும் வேளையில் கிருஷ்ணதேவராயர் அங்கே வந்து படையினருடன் கலந்து கொண்டார்.

அவரைக் கண்டதும் படைவீரர்களின் உற்சாகத்துக்குக் கேட்கவா வேண்டும்?

வீர உணர்ச்சி கொண்டு, ஆவேசமாக கோட்டையைத் தாக்கினார்கள்.

கோட்டைக் காவலில் இருந்தவர்கள், விஜயநகரத்துப் படையை எதிர்த்து நிற்க முடியாமல் கோட்டைக் கதவுகளின் திறவுகோல்களைக் கிருஷ்ணதேவராயர் கையில் ஒப்படைத்து விட்டுப் பணிந்து நின்றனர்.

இவ்வகையில் விஜயவாடா கோட்டையும் விஜயநகரப் பேரரசின் வசம் சேர்ந்தது.

விஜயவாடாவுக்கு வடமேற்கே 15 கி.மீ தொலைவில் உள்ளது கொண்ட பள்ளி. கிருஷ்ணா நதியின் வடகரையில் உள்ள பகுதி.

ராயரின் படைகள் கொண்டபள்ளி நோக்கிச் சென்றன.

அங்கிருந்த கோட்டையைத் தாக்க ராயரின் படைகள் முனைந்தபோது, திடீரென பிரதாப ருத்ர கஜபதி ஒரு பெரும் படையைத் திரட்டிக்கொண்டு, ராயரின் படையைத் தாக்கினார்.

கோட்டைக்குள் ஏராளமான போர்த்தளவாடங்கள் இருந்தன.

அவை, கிருஷ்ணதேவராயரின் கைக்குக் கிடைத்துவிடக்கூடாது என்பதே கஜபதியின் எண்ணம். எனவே கோட்டைக்குள் ராயரின் படைகள் நுழைந்து விடாமல் தடுத்து நிறுத்த முயன்றார்.

அதை உணர்ந்த தேவராயர், தம் படையின் ஒரு பகுதியை கோட்டையைச் சூழ்ந்திருக்குமாறு ஆணையிட்டு விட்டு, எஞ்சியுள்ள பெரும் படையோடு கஜபதியைத் தாக்க ஆரம்பித்தார்.

தனக்குத் தோல்வி ஏற்படும் என்பதை உணர்ந்துகொண்ட கஜபதி, தம் உயிரைக் காத்துக்கொள்ளும் பொருட்டு தலைமறைவாக ஓட்டம் பிடித்தார்.

கொண்டபள்ளிக் கோட்டையும் விஜயநகரப் பேரரசின் வசமாயிற்று.

அடுத்து கஜபதியின் ஆட்சியின் கீழ் இருந்த தெலுங்கானாவையும் வேங் கியையும் கைப்பற்றுவது ராயரின் அடுத்த திட்டம்.

தெலுங்கானா அப்போது சீதாபதி என்பவர் ஆட்சிப் பொறுப்பில் இருந்தது. முகலாயர்களிடமிருந்து கஜபதியின் ஆதரவோடு தெலுங்கானாவைக் கைப்பற்றி ஆட்சி நடத்தி வந்தார் சீதாபதி. பெயருக்குத்தான் அவர் அரசர். பின்னிருந்து ஆட்சி நடத்துவது கஜபதிதான்.

கிருஷ்ணதேவராயர் வாராங்கல் வழியாக மேற்குப் பக்கமாக கோதாவரியை அடைந்தார். அங்கிருந்து ஆற்றங்கரை ஓரமாகவே கிழக்கு நோக்கித் தமது படைகளைச் செலுத்தினார்.

படைகள் ராஜமுந்திரி நகரை நோக்கி வருவதைக் கண்ட சீதாபதி, இரண்டு மலைகளுக்கு இடையில் விஜயநகரப் படைகள் கடந்து செல்ல வேண்டிய ஓர் இடத்தில் தமது 60 ஆயிரம் வில் வீரர்களை நிறுத்தி வைத்துக் காத்திருந் தார். அந்த இடத்தில் எதிரிகளைக் கடுமையாகத் தாக்கி முறியடிக்கலாம் என்பது திட்டம்.

இதனை அறிந்த கிருஷ்ணதேவராயர், தமது குதிரைப் படைகளை இரு பிரிவாகப் பிரித்து, மலைப்பாறைகளின் மேல் உள்ள எதிரிகளைப் பின்புற மாகத் தாக்குமாறு ஏவினார்.

சீதாபதியின் வீரர்கள் தங்களுக்குப் பின்புறமிருந்து அத்தகைய தாக்குதல்கள் தோன்றும் என்பதை அறியாமல் இருந்ததால், அதனைச் சமாளிக்க முடியா மல் ஓட்டம் பிடித்தனர்.

சீதாபதியின் படைகள் திகைத்துப் பின்வாங்கி ஓடுவதைக் கண்ட கிருஷ்ணதேவராயர், எஞ்சியுள்ள படைகளைக் கொண்டு எதிரிகளை விரட்டியடித்தார்.

இறுதியில், எதிரிப் படையினர் எல்லோரும் அருகிலுள்ள ஒரு கோட்டையில் சரணடைந்தனர்.

கிருஷ்ணதேவராயர் தனது குதிரைப் படையினரிடம் அந்தக் கணவாயைக் காவல் புரியுமாறு ஆணையிட்டுவிட்டு, ராஜமுந்திரி நோக்கிப் புறப்பட்டார்.

மீதமிருந்த படைகளைக் கொண்டு ராஜமுந்திரியைக் கைப்பற்றினார்.

பின்னர், வேங்கி பகுதி முழுமையும் அவரிடம் பணிந்தது. அதையும் தனது ஆட்சிக்கு உட்படுத்திவிட்டு, 1516-ல் தமது வெற்றிக்கு அறிகுறியாக சிம்மாசலம் என்கிற ஊரில் ஒரு வெற்றித் தூண நிறுவினார்.

சிம்மாசலம் தலத்தில் உள்ள சிம்மாத்ரிநாதரை வழிபட்டு, அங்கு ஒரு படையை நிறுத்திவிட்டு, தலைநகரம் திரும்பினார்.

கலிங்கத்து மன்னன்
கஜபதியை வென்ற கதை

கலிங்கத்து மன்னன் கஜபதி இத்தனை தொடர் தோல்விகளுக்குப் பின்னரும், தமது ஆட்சிக்கு உட்பட்ட பல பகுதிகளை விஜயநகரத்திடம் பறி கொடுத்த பிறகும்கூட கிருஷ்ணதேவராயரிடம் பணியவில்லை. காரணம், அவரிடம் பலமான படை இருந்தது. ராயரிடம் இருந்ததை விட வலிமையான படை.

கஜபதியின் தலைநகர் கட்டாக் (இன்றும் ஒரிசாவின் பெரிய நகரம்). ராயர், கட்டாக்கை நோக்கிப் படையெடுத்து அதனையும் கைப் பற்றினார். இது சரித்திர ஆராய்ச்சியாளர்கள் சிலர் தரும் குறிப்பு.

வேறு சில வரலாற்றாசிரியர்கள் இதை மறுக் கின்றனர்.

'ராயவாசகமு' நூல், என்ன சொல்கிறது? அதில்-

'கஜபதியின் படை, இதுவரை தாம் எதிர்த்து வென்ற பகை அரசர்களின் படையை விட மிக வலிமை வாய்ந்ததாக அறிந்துகொண்ட கிருஷ்ணதேவராயர், அமைச்சர் அப்பாஜி என்கிற சாளுவ திம்மையாவை அழைத்தார். அவருடன் கலந்தாலோசித்தார்.

'கஜபதியை எதிர்த்து போரில் இறங்கலாம். ஆனால் வெற்றி நிச்சயமில்லை. இதனால் நம் பக்கத்து படைகள் மிகுந்த உயிர்ச் சேதத்தையும் பொருட்சேதத்தையும் சந்திக்க நேரிடும் என்பது மட்டும் நிச்சயம்.' என்றார் அப்பாஜி.

'அதற்காக போரிடாமல் சும்மா இருந்துவிடுவதா? நாளைக்கே அந்தக் கஜபதி நமது பேரரசின் மீது படையெடுத்து வந்தான் என்றால், அப்போதும் அவனை எதிர்த்து நாம் போரிட்டுத்தானே ஆக வேண்டும்? அப்போதும், நம் பக்கம் இதே உயிர்ச்சேதத்தையும், பொருள் சேதத்தையும் சந்தித்துத்தானே ஆகவேண்டும்?' -மடக்கினார் கிருஷ்ணதேவராயர்.

'அது கட்டாயத்தின் பேரில் நாம் செய்தாக வேண்டிய கடமை. இப்போது நாம் கஜபதி மீது போர் தொடுப்பது நமது விருப்பத்தின் பேரில் தொடங்கும் நடவடிக்கை. இரண்டுக்கும் வித்தியாசம் உள்ளதல்லவா?'

'என்னதான் செய்வது? கஜபதியை நாம் எப்படியாவது வென்றாக வேண்டும். அது, எவ்வகையில் சாத்தியம் என்பதற்கான வழியைச் சொல்லுங்கள்...'

'தந்திரம்; ராஜ தந்திரம்; அதன்மூலம் தான் நாம் கஜபதியை வெல்ல முடியும்'

'அது...'

'ஒரு சின்ன ஏற்பாடு. கஜபதிக்கு உறுதுணையாக, அவருக்கு படைகளை அனுப்ப அவர் நாட்டின் 16 பகுதிகளில் 16 பிரதிநிதிகள் (பாளையக்காரர்கள் போன்றவர்கள்) இருக்கிறார்கள். அவர்களை கஜபதியிடமிருந்து பிரிக்க வேண்டும்.'

'பிரிப்பது என்றால்...'

'மன ரீதியாக...'

'விளக்கமாகச் சொல்லுங்கள்'

'கஜபதிக்கு ஆதரவாக இருக்கும் 16 பாளையக்காரர்களுக்கும் தங்க நாணயங்களும், நவரத்தினங்களும் அடங்கிய பெட்டிகளையும் ரகசியக் கடிதங்களையும் ஒற்றர்கள் மூலம் அனுப்ப வேண்டும். அந்த வெகுமதியை அவர்கள் பெற்றுக்கொண்டால், பின்னர் நமக்குச் சாதகமாக அவர்களைத் திருப்பி விடலாம்.'

'அதாவது, அவர்கள் தங்கள் படைகளை ஆபத்தான நேரத்தில் கஜபதிக்கு அனுப்பி உதவாமல் இருந்துவிட வேண்டும்.'

'அவ்வளவுதான்'

'இதற்கு அவர்கள் ஒப்புக்கொள்வார்களா?'

'உரிய விலை கொடுத்தால் உலகத்தில் எதுதான் கிடைக்காது? 16 பேரில் ஒரு ஐந்து பேர் சம்மதித்து விட்டாலும் போதும். அந்தச் செய்தி கஜபதிக்குத் தெரியவந்தால், மற்ற ஒன்பது பேரையும் கூட அவர் நம்பமாட்டார். யார் யார் நம்மிடம் விலை போயிருக்கிறார்களோ என்ற அச்சத்துக்கு ஆளாவார். தன்னம்பிக்கை இருக்கும்வரைதான் மனிதனுக்குத் தைரியம் என்பதும் இருக்கும். தன்னம்பிக்கை அற்ற மனத்தில் கிலியும், பயமும், பீதியும்தான்

மிஞ்சும்.'

'சரி, ஆகட்டும். காரியத்தில் இறங்குங்கள்!'

திட்டமிட்டவாறே தங்க நாணயங்கள், வைர வைடூரியங்கள் நிறைந்த பெட்டிகளும், ரகசிய உடன்பாடு சம்பந்தமான கடிதங்களும் அந்த 16 பாளையக்காரர்களுக்கும் சென்றன.

அவற்றில் ஒரு சில பெட்டிகளை கஜபதியின் ஒற்றர்கள் கைப்பற்றி விட்டனர். கஜபதியிடம் ஒப்படைத்தனர்.

அந்தக் கடிதங்களில் உள்ள செய்தியைப் படித்துப் பார்த்தும், பெட்டிகளில் உள்ள விலை மதிப்பற்ற பொருள்களைக் கண்டும், தனக்குப் பாதுகாப்பும் உறுதுணையும் தன் ஆதரவாளர்களால் கிடைப்பது நிச்சயமில்லை, என்று அஞ்சினார், கஜபதி.

உடனே, தலைநகரை விட்டு வெளியேறி யாருக்கும் தெரியாமல் வடதிசை நோக்கிப் பயணமானார். என்று 'ராயவாசகமு' நூல் தெரிவிக்கிறது.

மறுநாள் அரச தர்பாரில் கலந்து கொள்ளச் சென்ற பதினாறு பாளையக் காரர்களும், கலிங்க அரசர் கஜபதி, கிருஷ்ணதேவராயருக்குப் பயந்து ஓடிவிட்டார் என்பதை அறிந்து, அவரவர் கோட்டைகளுக்குத் திரும்பிச் சென்று விட்டனர்.

தங்கள் திட்டம் எதிர்பார்த்த பலனைத் தந்ததில் மகிழ்ந்த ராயரும் அப் பாஜியும் உடனே, விஜயநகரப் படைகளை அனுப்பி, கஜபதியின் தலைநகர் 'கட்டாக்'கையும் அரண்மனையையும் முற்றுகையிடச் செய்தனர்.

கோட்டை ராயர் வசம் வீழும் நாள் நெருங்கி விட்டது.

ராயர், அமைச்சர் அப்பாஜியை அழைத்துச் சொன்னார்:

'அப்பாஜி அவர்களே! நீர் சிறந்த மதியூகி, உமது தந்திரம் பலித்து, பலனும் தந்துவிட்டது.'

மகிழ்ச்சிப் பிரவாகத்துடன், 'எல்லாம் தங்கள் வெற்றித் திருமுகத்தின் விளைவு. திருவேங்கடவன் அருள்' என்றார் அப்பாஜி.

'ஆனால், இந்த வெற்றியால் எனக்கு மகிழ்ச்சி இல்லை' என்றார், சோர்ந்த முகத்துடன் ராயர்.

'ஏன்?'

'தந்திரத்தால் அடைந்த வெற்றி என்னைப் போன்ற வீரனுக்கு அழகா? எதிரியைப் போரிட்டுக் கொன்றால் வீரம். விருந்துக்கு அழைத்து, அவனுக்குத் தெரியாமல் உணவில் விஷம் வைத்துக் கொன்றால், அது வீரமாகுமா?'

'ஆகாது!'

'இந்த கட்டாக் வெற்றியும் அப்படிப்பட்ட தாழ்வான, இழிவான வெற்றி. இந்த வெற்றி எனக்கு வேண்டாம்.'

'என்ன, சொல்கிறீர்கள்?'

'தப்பி ஓடிப்போன கஜபதி என்ன நினைப்பார்? நேருக்கு நேர் மோதி வெற்றிபெற வலுவும் துணிவும் இல்லாத கிருஷ்ணதேவன், தம்மைச் சுற்றியுள்ளவர்களின் வஞ்சகத்தால் வென்றான், என்றுதானே நினைப்பார்? இது கஜபதிக்குத் தோல்வியாக இருக்கலாம்; ஆனால், நம்மிடம் காசுக்கு விலை போன துரோகிகளுக்கு இது வெற்றியாக அமைந்துவிடக்கூடாது'

'என்ன செய்யலாம்; தங்கள் சித்தம் எதுவோ - உத்தரவிடுங்கள்!'

'தப்பிச் சென்று தலைமறைவாயுள்ள கஜபதியை மீண்டும் அழைத்து வந்து, அவர் வசமே அவரது நாட்டை ஒப்படைத்து விடுங்கள்.'

'தங்கள் பேருள்ளத்தைப் போற்றுகிறேன் மன்னா. அதே வேளையில் இந்தப் போரில் ஈடுபட்டுள்ள நமது வீரர்களின் மனநிலையையும் நாம் கவனித்தாக வேண்டும். கட்டாக் கோட்டையை முற்றுகையிட்டுள்ள வீரர்கள் ஏமாற்றத் துடன் திரும்ப அழைக்கப்பட்டால், அடுத்தடுத்த போரில் அவர்கள் நம்பிக்கையுடனும் உறுதியுடனும் போரிட மாட்டார்கள்.'

'அது சரியான கருத்துதான். ஒன்று செய்யலாம்; கட்டாக்கைக் கைப்பற்றுவது. சில நாள் கழித்து, அதன் நிர்வாகப் பொறுப்பை மீண்டும் கஜபதியிடமே கொடுத்துவிடுவது. அதாவது, நாட்டைத் திரும்பக் கொடுப்பது அல்ல; ஆட்சிப் பொறுப்பை மட்டும் வழங்குவது. அங்குள்ள படைகள் இனி நமது படைகளாகவே இருக்கும்.'

'நல்ல யோசனை!'

கட்டாக் கோட்டை வீழ்ந்தது.

கஜபதி மீண்டும் அழைத்துவரப்பட்டார்.

தனது எண்ணத்தை அவரிடம் தெரிவித்தார் ராயர். கஜபதியின் கண்களி லிருந்து தாரைதாரையாக நீர் வழிந்தது.

'உங்களை எதிரியாக நினைத்திருந்தேன்; என் ஆதரவாளர்களளான 16 பாளையக்காரர்களை நம்பிக்கையானவர்கள் என்று நம்பியிருந்தேன். இரண்டுமே தவறான எண்ணம் என்பதை காலம் காட்டிவிட்டது. இனி எனக்கு ஆட்சி, அரசபீடம் எதுவும் வேண்டாம். தங்கள் நிழலில் தங்க ஒரு இடம் கொடுங்கள். அரண்மனையில் தோட்ட வேலைகளை கவனித்துக் கொண்டு, எஞ்சியுள்ள வாழ்நாளை ஓட்டிவிடுகிறேன்.'

கிருஷ்ணதேவராயர் எழுந்தார்.

கஜபதியின் தோள் மீது ஆதரவாகக் கைபோட்டு அரவணைத்தார்.

'என்னை வென்று விட்டீர்! என்னை வென்று விட்டீர்!'

நெகிழ்ச்சியுடன் கூறிய ராயர், அப்பாஜியை அழைத்தார்.

கஜபதியைக் காட்டி, 'வந்திருப்பவர் கட்டாக் மன்னர்! நேற்று-இன்று-நாளை - என்றும் என்றென்றும் இவர்தான் கட்டாக் மன்னர்! உரிய வரவேற்பும் உபசரிப்பும் செய்து, மன்னரின் தனி மாளிகையில் தங்க வையுங்கள். மற்றதைப் பிறகு பேசலாம்!' என்றார்.

கஜபதி, உரிய மரியாதைகளுடன் அழைத்துச் செல்லப்பட்டார்.

பின் கஜபதி தனது மகள் ஜகன்மோகினியைத் கிருஷ்ணதேவராயருக்குத் திருமணம் செய்துகொடுத்தார். ஆம்; எதிரி மன்னன் கஜபதி, ராயரின் மரியா தைக்குரிய மாமனார் ஆகிப் போனார்!

கஜபதி தனது மகளுக்கும் ராயருக்கும் திருமணப் பரிசாக ஏராளமான நவரத்தினங்கள், ஆபரணங்கள், யானை, குதிரைகள், வாசனை திரவியங்கள் ஆகியவற்றை அளித்தார்.

கிருஷ்ணா நதிக்குத் தெற்கில் தமது ஆட்சிக்கு உட்பட்ட நாடுகளை மீண்டும் ராயருக்கே தனது மகளின் சீதனமாக அளித்தார்.

திருமணம் நடந்து முடிந்ததும் கஜபதியின் அமைச்சர்களும் அலுவலர்களும் உடன்வர, கிருஷ்ணதேவராயர் தனது ராஜ்ஜியத்துக்குத் திரும்பினார்.

-இவையெல்லாம் 'ராயவாசகமு' நூலில் இருந்து அறிய வரும் செய்திகள்.

ஆனால் கிருஷ்ணதேவராயர் காலத்தில் இந்தியாவைச் சுற்றி வந்து விஜயந கரத்தில் தங்கியிருந்த போர்த்துக்கீசிய பயணியான பெர்னாவோ நூனிஸ் என்ற அறிஞர், கஜபதியின் குமாரனான வீரபத்திரன் விஜயநகர சிறைச் சாலையில் தற்கொலை செய்துகொண்டான் என்ற செய்தி கேட்டு கஜபதி மனம் உடைந்தார். அதன் விளைவாகவே ராயரை எதிர்த்துப் போரிடும் வலிமை இருந்தும் அதில் விருப்பம் இல்லாமல், ராயரின் உடன் படிக்கைக்குப் பணிந்தார் என்று குறிப்பிடுகிறார்.

எப்படியோ கலிங்க கஜபதி, கிருஷ்ணதேவராயருக்குப் பணிந்து தன் மகளையும் மணம் முடித்து வைத்தார் என்பதை அறியமுடிகிறது. கஜபதி மகள் ஜகன்மோகினிக்கும் கிருஷ்ணதேவராயருக்கும் திருமணம் நடந்த ஆண்டு 1518.

கஜபதியின் மகள் ஜகன்மோகினி ஒரு பேரழகி. 'அவளை அடைய எந்த மன்னனும் ராஜ்ஜியத்தில் பாதியை வழங்கி விடுவான்' என்பார்கள். கிருஷ்ணதேவராயருக்கு, ஜகன்மோகினி இரண்டாம் மனைவி.

கிருஷ்ணதேவராயரின் முதல் மனைவியின் பெயர் திருமலாதேவி! ஸ்ரீரங்கப் பட்டிணத்து மன்னன் மகள். அவள்தான் பட்டத்து ராணி! அடுத்ததாகத்தான் இவர் தன்னிடம் தோல்வியுற்ற ஒரிசா மன்னன் கஜபதியின் மகளையும்

திருமணம் செய்து கொண்டார் என்கிறது 'பிரபோத சந்திரோதய வியாக்யா' என்ற தெலுங்குக் கவிதை நூல்.

'துக்கா பஞ்சகம்' என்றொரு பழங்காலத் தெலுங்கு நூலில், 'ஒரிசா மன்னன் பிரதாப ருத்ர கஜபதியின் மகள் துர்கா, கிருஷ்ணதேவராயர் தன்னைத் திருமணம் செய்துகொண்டு, அதன் பின் தன்னை அன்புடன் நடத்தாமலும், சேர்ந்து வாழாமலும், ஒதுக்கி வைத்து விட்டதாகப் பாடியுள்ளார். கண வனைப் பிரிந்த ஒரு மனைவியின் சோகத்தைச் சொல்லும் பாடல்கள் கொண்டது 'துக்கா பஞ்சகம்'.

உண்மையில் கஜபதி மகளான இந்த துர்காவின் நிஜப்பெயர் ஜகன்மோகினி. 'ராய வாசகமு' நூலில் ராயரின் பிரதாபங்களை விவரிக்கும் இடத்தில் இவரது பெயரை ஜகன்மோகினி என்றே குறிப்பிட்டுள்ளனர்.

தவிர, ராயருக்கு சின்னாதேவி என்றொரு மனைவியும் உண்டு. மூன்றாவது மனைவியான இவர், ஒரு நடன மாது.

துர்காவின் பெயர் இலக்கியங்களில் தவிர, வேறு பட்டயங்களிலோ, சாசனங்களிலோ இல்லை.

ராயருடன் எப்போதும் சேர்ந்து வாழ்ந்திருந்த மனைவிகள் திருமலா தேவியும் சின்னதேவியும்தான். அந்த இருவரது செப்புத் திருமேனிகளை ராயரின் செப்புச்சிலை உருவத்தோடு சேர்ந்திருப்பதை இன்றும் திருப்பதி திருவேங்கடவன் ஆலயத்தில் காணலாம்.

கொண்டவீடு கோட்டையைத் தனது வெற்றியின் நினைவுச் சின்னமாகக் கருதிய ராயர், அந்தக் கோட்டைக்கு ஆளுநராக அப்பாஜியின் உறவினர் ஒருவரை நியமித்தார்.

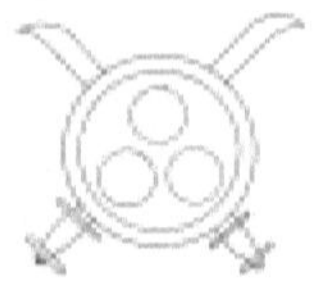

அகமது நகர்,
கோல்கொண்டா போர்!

கி.பி. 1520. பீஜப்பூர், அகமது நகர், கோல் கொண்டா மன்னர்கள் விஜயநகரத்தின் மீது படையெடுக்க ஆயத்தமாகிறார்கள் என்கிற தகவல் கிருஷ்ணதேவராயருக்குக் கிடைத்தது.

உடனே ராயர் விஜயநகரத்தில் தம் மந்திரி சபையைக் கூட்டினார் என்று அதன் பிறகு நடந் தவைகளை 'ராயவாசகமு' விரிவாகச் சொல்கிறது:-

'பீஜப்பூர், கோல்கொண்டா ஆகிய இடங்களில் இருந்து வந்த செய்திகளை நீங்கள் அறிவீர்கள். என்னதான் நாம் அவர்களுடன் சுமுகமாக இருக்க முயற்சித்தாலும் அவர்கள் நம் மீது போர் ஆயத்தம் செய்ய என்ன காரணம்?' என்று கேட்டார் கிருஷ்ணதேவராயர்.

'தாங்கள் அந்த மூன்று அரசுகளுடனும் நட்பு முறையில் அணுகவே விரும்புகிறீர்கள். ஆனால் தாங்கள் எத்தகைய இனிய முறையில் அவர் களுடன் உரையாடினாலும், அவர்கள் அதனை நம்ப மறுத்து தங்களது இந்த நேசம் உண்மை யானது அல்ல என்றும்; அரச தந்திரம் என்றே கருதுகிறார்கள். அது அவர்களது இயல்பு' என்றார்.

'அவர்கள் போருக்கு ஆயத்தமாகிறார்கள் என்றால் நாமும் தயாராக வேண்டியதுதானே' என்ற மன்னர், போர் தொடங்குவது பற்றி மந்திரி பிரதானிகளிடமும் கருத்து கேட்டார்.

அவர்கள் எல்லோரும் 'நாம் நம்முடைய தைரியத் தினாலும், வீரத்தினாலும், இறைவன் கருணை யினாலும் ஆசியினாலும் வெற்றி பெறுவது

நிச்சயம். காரணம், எங்கெங்கு தைரியம் தோன்றுகிறதோ, அங்கெல்லாம் லட்சுமி வாசம் செய்கிறாள். எங்கெங்கு லட்சுமி இருக்கிறாளோ அங்கெல்லாம் விஷ்ணு இருக்கிறார். எங்கெல்லாம் விஷ்ணு இருக்கிறாரோ அங்கெல்லாம் தர்மம் விளங்கும். இது பெரியோர் வாக்கு. தங்களுக்கும் இது தெரிந்ததுதான். தாங்களோ தைரியத்தின் இருப்பிடம். எனவே, தாங்கள் எந்தச் செயலில் ஈடுபட்டாலும் அதில் வெற்றி கிடைப்பது நிச்சயம். யானைப் படையோ குதிரைப் படையோ காலாட் படையோ அல்ல, தங்கள் வெற்றிக்குக் காரணம். இறைவனது அருளே தங்கள் வெற்றிக்கு உறுதுணையாக உள்ளது!' என்றனர்.

கிருஷ்ணதேவராயர் அடுத்ததாக அமர நாயகர் எனப்படும் தன் பேரரசின் குறுநில மன்னர்கள் (ஆளுநர்கள்) எல்லோரையும் அழைத்து, அவர் களுடனும் ஆலோசனை நடத்தினார்.

முக்கிய அமர நாயகர்களாகிய ஐயன மாலகா, அங்குசா கான், ராணா ஜெகதேவ், திம்மப்ப நாயகா, ராச்சூரி ராமநாயுடு, பெம்மசானி ராமலிங்க நாயுடு, ஹண்டே மல்லாராவ், போயி ராமப்பா போன்றவர்கள் கலந்து கொண்டனர்.

பதினெட்டு கம்பணங்களின் தலைவர்களான பொம்மிரெட்டி, நாகரெட்டி போன்ற ரெட்டி இனத்தவர்களும், அம்ம நாயகர்களான வித்தலப்ப நாயுடு போன்றோரும் அரசாங்க உயர் அதிகாரிகளும் அந்த ஆலோசனை சபைக்கு வந்திருந்தனர்.

ராயர், அவர்களது நலன்களை முதலில் விசாரித்து விட்டு, பின்னர் அவர்கள் ஒவ்வொருவரிடமும் உள்ள யானைப்படை, குதிரைப்படை, காலாட் படைகளின் எண்ணிக்கையைக் கேட்டறிந்தார்.

அவர்கள், தங்களது படைகளை முன்னை விட அதிக எண்ணிக்கையில் திரட்டி தயார்நிலையில் வைத்திருப்பதாகவும், ராயரின் உப்பைத் தின்று வளர்ந்து வரும் அந்தப் படைகள், ராயர் எப்போது உத்தரவிட்டாலும் அவரது விருப்பத்தை நிறைவேற்றக் காத்திருப்பதாகவும் கூறினர்.

இறுதியாக எதிரி நாட்டில் உளவு பார்க்க அனுப்பியிருந்த ஒற்றர்களை வரவழைத்துப் பேசினார்.

ராமு, கோபாஜி இருவரும் கிருஷ்ணதேவராயரின் ஒற்றர்கள். ராமு அகமது நகரிலும், கோபாஜி கோல்கொண்டாவிலும் உளவு பார்த்து வந்தவர்கள். இருவரும் மன்னர் முன் வந்து தாங்கள் உளவு பார்த்த விவரங்களைக் கூறினார்கள்.

மேற்படி இரண்டு நகரங்களுக்கும் செல்பவர்கள் அந்நியராக இருந்தால், அவர்கள் எல்லையில் சோதனையிடப்படுவார்கள். எந்த இடத்திலிருந்து வருபவர் என்று விசாரிக்கப்படுவார்கள். அவர்கள்மீது எள்ளளவும் சந்தேகம் எழவில்லை என்றால்தான் அவர்கள் நகருக்குள் செல்ல அனுமதிக்கப் படுவார்கள்.

தலைநகருக்குள் சென்றபின், கோட்டையைக் காண வேண்டுமானால், அந்நகரத்தில் தெரிந்தவர் ஒருவர் மூலமே கோட்டைக்குள் செல்ல அனுமதிக்கப்படுவர்.

அதற்கு அடையாளமாக முத்திரையிடப்பட்ட கடிதம் ஒன்று கொடுக்கப்படும். அதைக் காட்டினால்தான் உள்ளே செல்ல முடியும்.

கோட்டையைச் சுற்றிப் பார்த்துவிட்டு, திரும்பி வரும்போது முத்திரைக் காகிதத்தைத் திருப்பிக்கொடுத்துவிட்டு, அனுமதிச் சீட்டைப் பெற்றுத் திரும்பி வரவேண்டும்.

அவ்வாறு அனுமதி பெற்றே நாங்கள் உள்ளே சென்றோம்.

குற்றம் புரிந்தவர்களுக்கு அங்கே முகலாயர்கள் கொடுக்கும் கொடூரமான தண்டனைகளைப் பார்த்தோம்.

கொடுங்குற்றம் புரிந்தவர்கள் வாளினால் வெட்டப்பட்டனர்; ரம்பத்தால் அறுக்கப்பட்டனர்.

ஒரு குற்றவாளியை கோணிப் பையில் கட்டி, உலக்கையால் அடித்துக் கொன்றனர்.

கை, கால்களைக் கட்டி உட்கார வைத்து, பின் நல்ல வெயில் தரையில் உருட்டிவிடுகின்றனர்.

கொடூர தண்டனைக்குப் பயந்தவர்கள் கீழ் நிலையிலேயே அதிகாரிகளுக்குப் பணம் கொடுத்துத் தப்பலாம். பணம் கொடுக்க முடியாதவர்கள் நடுத் தெருவில் பலவாறு துன்புறுத்தப்பட்டு கொல்லப்படுவார்கள்.

இதையெல்லாம் பார்த்துவிட்டு, பின்னர், ராமுவும், கோபாஜியும் அரசாங்க அலுவலகங்களையும் பார்வையிட்டிருக்கிறார்கள். அதாவது, அரச தர்பாருக்குச் சென்றார்களாம். மக்கள் அங்குள்ள அலுவலர்களுக்கு வணக்கம் செலுத்திவிட்டு, திரும்புகிற வழியில் அவர்களை நிறுத்தி, அவரவர் தகுதிக்கு ஏற்ப வெகுமதிகள் தரப்படுவதைக் கண்டனர்.

சாதாரணமானவர்களுக்கு நாணயங்கள், வெற்றிலை தாம்பூலம், உயர் நிலையில் உள்ளவர்களுக்கு பெல்ட்டுகள், கோட்டுகள், தலைப்பாகைகள் கொடுக்கும் வழக்கம் இருந்தது.

- என்றெல்லாம் தாங்கள் ஆராய்ந்ததை விவரித்து மற்றும் அந்தக் கோட்டை களின் பலம், பலவீனம், படைகளின் எண்ணிக்கை போன்றவற்றையும் விஸ்தாரமாக விளக்கிக் கூறினர்.

இப்படியாக இரண்டு கோட்டைகளையும் பற்றிய ஒற்றர்களின் தகவல் களையும், செய்திகளையும் ஆராய்ந்த பின், மன்னர், அமைச்சர்கள் உட்பட, போரைத் தொடங்குவது என முடிவு செய்தனர்.

கிருஷ்ணதேவராயர் மூன்று லட்சம் குதிரைப் படையையும், ஆயிரம் யானைப் படையையும், பெரிய காலாட்படையையும் கொண்ட ஒரு பெரும்

படையைத் திரட்டி பீஜப்பூர், கோல்கொண்டா, அகமதுநகர் ஆகிய நகரங் களின் மீது படையெடுக்கத் திட்டமிட்டார்.

பீஜப்பூர் அரசுடன் போர்

கிருஷ்ணதேவராயர் 1512-லேயே ரெய்ச்சூர் கோட்டையைக் கைப்பற்றினார் என்று முன்பே பார்த்தோம் அல்லவா? அந்தச் சமயத்தில் சிறுவனாக இருந்த இஸ்மாயில் அடில்கான் இப்போது அரசனாகியிருந்தான். (இவரது தந்தை பீஜப்பூர் சுல்தான் யூசுப் அடில்கான்தான் முன்பு தேவராயர் பாமினி அரசுடன் போரிட்ட போது போர்க்களத்தில் கொல்லப்பட்டவர்.)

பட்டத்துக்கு வந்த இஸ்மாயில் அடில்கான் ரெய்ச்சூரை மீண்டும் மீட்டுக் கொள்ள வேண்டுமென எண்ணினார்.

கிருஷ்ணதேவராயர் ஓரிசா போரில் ஈடுபட்டிருப்பதை அறிந்து, அதுவே தக்க சமயம் எனக் கருதி, கிருஷ்ணா - துங்கபத்திரா தோவாப்பின்மீது (தோவாப் என்பது இரண்டு நீர்நிலைகளுக்கு இடையே இருக்கும் பகுதி) படை யெடுத்து ரெய்ச்சூரைக் கைப்பற்றினார். இது நடந்தது 1520-ல்.

அமைச்சர் சாளுவ திம்மாவின் தலைமையில் ஒரு பெரும்படை ரெய்ச் சூரைத் தாக்கியது. ரெய்ச்சூரை அடுத்துள்ள கோபூரில் (Gobur) பெரும்போர்.

உக்கிரமான இந்தச் சண்டையில் பீஜப்பூர் அரசு தரப்பில் பெரும் உயிர்ச்சேதம்.

கிருஷ்ணா நதியை நீந்திக் கடந்து தப்பிக்க முயன்ற பலர் நீரில் மூழ்கி மாண்டனர்.

இஸ்மாயில் அடில்கான் போர்க்களத்தை விட்டு, தப்பித்து ஓடினார்.

பீஜப்பூர் படைகள் விட்டுச்சென்ற போர்க்கருவிகளை விஜயநகரப் படைகள் கைப்பற்றிக் கொண்டன.

இஸ்மாயில் ஓடியதோடு பீஜப்பூர் போர் நின்றுவிடவில்லை. காரணம், ரெய்ச்சூர் கோட்டையைப் பாதுகாத்து வந்த படைகள் ராயரின் படை களுக்குப் பணியவில்லையே.

கோட்டையை உடைத்து உள்ளே நுழைவதுதான் ஒரே வழி என்று முடிவு செய்த ராயர், போர்ச்சுகீசிய வீரர்களின் துணை கொண்டு, ரெய்ச்சூர் கோட்டையின் வெளிப்புறக் காவலைத் தகர்த்தெறிந்தார்.

பின்னர், ரெய்ச்சூர் பொதுமக்களையே கோட்டைக்குள் போகச் சொன்னார். பொதுமக்கள் முண்டியடித்து நுழைந்தனர்.

கோட்டையின் தலைவன், 'பொதுமக்களே! அவசரப்படாதீர்கள்!' என்று குரல் கொடுத்துக் கொண்டிருந்தான்.

பொதுமக்கள் எந்த வழியாக உள்ளே வருகிறார்கள் என்பதைக் கண்டான்; திகைத்துப் போனான்.

அப்போது எங்கிருந்தோ வந்ததுப்பாக்கிக்குண்டு அவன் மார்பைத்துளைத்தது.

அலறி வீழ்ந்தான்.

(இதற்கு முந்தைய - அதாவது 1512 - வரை நடந்த போர்களில் ராயரின் படைகளோ, எதிரிப் படைகளோ துப்பாக்கி பிரயோகித்ததாகத் தெரிய வில்லை. அதுவரை வெடிமருந்து இடித்து, குண்டுகள் எய்யும் பீரங்கிகள் தான் பயன்படுத்தப்பட்டு வந்தன. ஒருவேளை - அப்போது துப்பாக்கி எனும் சாதனம் வராமல் இருந்திருக்கலாம். ஆனால் 1520-ல் துப்பாக்கி போர்க் களத்தில் பயன்படுத்தப்பட்டுள்ளது.)

கோட்டைத் தலைவன் இறந்துவிடவே, செய்வதறியாது திகைத்த கோட்டையின் காவல் வீரர்கள், ராயரிடம் சரண் அடைந்தனர்.

ரெய்ச்சூர் கோட்டை தன் வசம் வீழ்ந்த மகிழ்ச்சியில் விஜயநகரம் திரும் பினார், ராயர்.

•••

கிருஷ்ணதேவராயர் அரசவையில் மற்ற அமைச்சர்களுடன் ஏதோ முக்கிய விஷயமாக தீவிர ஆலோசனையில் இருந்தார்.

'மகாராஜா! அடில்கானின் தூதுவன் என்று சொல்லி, தங்களைக் காண ஒருவன் வந்திருக்கிறான்!' என்றான் சேவகன்.

ராயர் உள்பட அமைச்சர்களுக்கு வியப்பு! ரெய்ச்சூர் கோட்டையை விட்டு விட்டுத் தப்பியோடிய இஸ்மாயில் அடில்கான் எதற்காக தூதுவனை அனுப்ப வேண்டும்?

கேள்விக் குறியோடு மற்ற அமைச்சர்களைப் பார்த்த ராயர், மீண்டும் சேவ கனை நோக்கி, 'அவனை, இவ்விடம் அனுப்பு!' என்கிற பாவனையில் தலையசைத்து உத்தரவிட்டார்.

தூதுவன் வந்து மன்னரைப் பணிந்து வணங்கினான். ஓர் ஓலையை நீட்டினான்.

அமைச்சர் ஒருவர் அதை வாங்கி மன்னரிடம் கொடுத்தார்.

மன்னர் 'நீரே படியும்' என்று சொல்ல, அமைச்சர், ராயரின் காதில் மட்டும் கேட்கும்படியாகப் படித்தார். அதில் - ரெய்ச்சூர் கோட்டையை ராயர் கைப் பற்றியது தேவையற்றது என்றும், போர்ச்சுக்கீசியர் மூலம் கோட்டையைத் தகர்க்கச் செய்தது முறையற்றது என்றும், கோட்டையை மீண்டும் தன்வசம் ஒப்படைத்தால், தன் ஆட்சிப் பகுதியை நல்ல விதமாக நிர்வகிப்பதாகவும் அடில்கான் குறிப்பிட்டிருந்தார்.

அமைச்சர்களுடன் ஆலோசனை நடந்தது.

அரண்மனையிலேயே தூதுவனை தங்கச் செய்யுமாறும், மறுநாள் பதில் சொல்வதாகவும் ராயர் சொன்னார்.

மறுநாள் - கிருஷ்ணதேவராயர் அடில்கானின் வேண்டுகோளை ஒரு நிபந்தனையின் பேரில் ஏற்றுக்கொள்வதாகக் கூறினார்.

அந்த நிபந்தனை -

'ராயருடைய பாதங்களை அடில்கான் வணங்கி முத்தமிட வேண்டும்!' - என்பதே!

அதுவும் எப்படி? ஒரு பொது இடத்தில் - பலர் அறிய இதைச் செய்ய வேண்டும் என்றார்.

செய்தியை அறிந்த அடில்கான் அவ்வாறே செய்வதாகக் கூறி, இரண்டு அரசுகளின் எல்லையில் உள்ள முட்கல் என்னுமிடத்தில் அந்த விழாவை நடத்த வேண்டும் என்று கேட்டுக்கொண்டார்.

ராயரும் சம்மதித்தார்.

குறிப்பிட்ட நாளில் முட்கல்லில் ஏராளமான மக்கள் கூடிவிட்டனர்.

ராயரும் பல்லக்கு, பரிவாரங்கள், படையினருடன் அவ்விடத்துக்கு வந்து விட்டார்.

ஆனால், அடில்கான் வரவில்லை.

அடில்கான் வந்து தமது கூடாரத்தில் தங்கியிருப்பதுபோல் நாடகம் நடத்தி, கிருஷ்ணதேவராயரை அங்கே வரவழைத்து, ஏமாற்றி விட்டனர் அடில் கானின் ஆட்கள்.

ராயர் எந்த முகத்தோடு தன் படையினர் முகத்தில் விழிப்பார்? அவர்கள் எல்லாரும் ' எதிரி அடில்கான் நமது மன்னரின் பாதங்களை வணங்கி முத்த மிடப் போகிறான்!' என்ற உற்சாகத்தோடு அல்லவா அங்கு வந்துள்ளனர்.

ஏமாற்றத்தைத் தாங்காத ராயர், கோபத்தின் உச்சிக்கே போய்விட்டார்.

பீஜப்பூரை நோக்கிப் பெரும் படையுடன் புறப்பட்டார்.

ராயர் வருவதை அறிந்த அடில்கான் தலைநகரை விட்டு ஓட்டம் பிடித்தான்.

ராயர், பீஜப்பூரில் புகுந்து அதன் தலைநகரை தன் வசப்படுத்திக்கொண்டு, பல நாட்கள் அங்கேயே தங்கி இருந்தார்.

ராயர் பீஜப்பூர் நகரை அழிக்க நினைக்கவில்லை என்றாலும், படையெடுப் பின் காரணமாக அது சீர்குலைந்துவிட்டது.

ராயரின் படையினர் கொடுத்த தொல்லைகளின் காரணமாக, பீஜப்பூர் நகர மக்கள், அவ்வூர் ஏரிக்கு தண்ணீர் வரும் வழிகளை அடைத்து விட்டனர். ஏரிகள் வறண்டுவிட்டன.

குடிநீர் பஞ்சத்தால் ராயர் படைகள் நா வறண்டு தவித்தன. உள்ளூர் மக்களும் ஓடிவிட்டனர்.

வேறுவழியின்றி ராயர் தமது படைகளுடன் விஜயநகரம் திரும்பிவிட்டார்.

சிறிது காலத்தில் அடில்கான் மீண்டும் பீஜப்பூர் வந்து ஆட்சி அதிகாரம் செய்துகொண்டிருக்கிறான் என்பதைக் கேள்வியுற்ற ராயர், பெரும்படை ஒன்றை பீஜப்பூர் நோக்கி அனுப்பினார்.

அவரது படைகள், வழியில் உள்ள கிராமங்களை எல்லாம் கொள்ளை அடித்தும், தீயிட்டுக் கொளுத்தியும் படுநாசம் செய்தன.

பிருசாபாத், ஹசானாபாத் ஆகிய நகரங்களைக் கைப்பற்றிய பின்னர் சாகர் நகரை நோக்கி ராயர் படைகள் முன்னேறியபோது, பீஜப்பூரின் பெரும்படை ஒன்று அவர்களைத் தடுத்து நிறுத்தியது.

இரு படைகளும் உக்கிரமாக மோதிக்கொண்டன.

முடிவில் பீஜப்பூர் படைகள் தோற்றன.

ராயர், பாமினி சுல்தான்களின் தலைநகரமான குல்பர்காவை முற்றுகை யிட்டார். எதிரிப்படைகள் முடிந்தவரை போராடிப் பார்த்தன. முடிய வில்லை. இறுதியில் ராயர் குல்பர்காவைக் கைப்பற்றினார்.

யாத்ரிகர் நூனிஸ் தம்முடைய குறிப்பில் ராயரின் படை குல்பர்காவை அழித்து அதன் கோட்டை, கொத்தளங்களைத் தரைமட்டமாக்கியதாகக் குறிப் பிட்டுள்ளார்.

இஸ்மாயில் அடில்கான் தப்பித்து எங்கே ஓடி ஒளிந்தார் என்றே தெரியவில்லை.

ராயர், பாமினி சுல்தானின் 2-ம் சுல்தான் முகம்மது ஷாவின் மூன்று குமாரர் களுள் மூத்தவரான மகமூத் ஷா என்பவரை மன்னனாக்கினார். இதன் மூலம் 'யவன ராஜ்ய ஸ்தாபன ஆசார்யா' (முஸ்லிம் அரசை நிறுவியவர்) என்று மக்களால் ஏகோபித்துப் பாராட்டப்பட்டார் கிருஷ்ணதேவராயர்.

முகமது ஷாவின் மற்ற இரு புதல்வர்களையும் அழைத்துக்கொண்டு விஜய நகரம் வந்து சேர்ந்தார்.

அது முதல், பாமினி சுல்தான்கள் ஆட்சிக்கு அரசர்களை நியமிக்கும் பொறுப் பினை ராயர் தம்மிடத்தில் வைத்துக் கொண்டார்.

பட்டத்தில் உள்ள மூத்தவனுக்கு அடில்கான் மூலம் ஏதேனும் ஆபத்து ஏற்படுமானால், தன்னிடம் உள்ள இரு சகோதரர்களுள் ஒருவரைத் தாமே அந்தப் பதவியில் நியமித்து, பாமினி அரசர்களைத் தமக்குக் கீழ்ப்படியுமாறு வைத்துக்கொள்வோம் என்பது ராயரின் திட்டம்.

ராயர் சிறந்த ராஜதந்திரி என்று போற்றப்படுவதற்கு இதெல்லாம் சில உதாரணங்கள்!

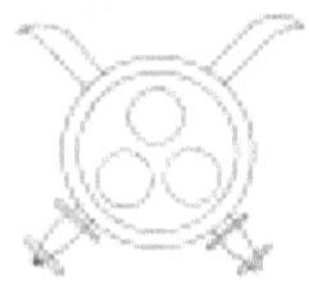

ராயரின் தெய்வ பக்தியும்,
சிறப்பியல்புகளும்

சிறப்பியல்புகள் இல்லாத யாரும் அரும்பெரும் வெற்றிகளைச் சாதிக்க முடியாது என்பார்கள். வெற்றியாளர்கள் பலரிடம் சில கெட்ட குணங்கள் இருந்தாலும் வெற்றி பெறுவதற்கு என்ன வகை இயல்புகள் அத்தியாவசியமோ அவை இருந்திருக்கக் காணலாம். வரலாறு உணர்த்தும் உண்மை இது.

கிருஷ்ணதேவராயர் சின்னஞ்சிறு பொறியாகக் கிளம்பி பெரும் காட்டுத் தீயாகப் பரவி தென்னகம் முழுவதும் தனது பேரரசைப் பரப்பி, ஒட்டுமொத்த ஆட்சி அதிகாரத்தையும் தன் குடையின் கீழ் கொண்டு வந்தது எப்படி? அதற்கு அவரது சிறப்பியல்புகள்தான் காரணம்.

கிருஷ்ணதேவராயர் போர்க்களத்தில் தென் பட்டாலே வீரர்கள் உற்சாகம் கொண்டு, அவர் சுட்டுவிரல் சுட்டும் திசையில் பாய்ந்து சென்று வீரப் போர் செய்து வெற்றிகளைக் குவித்ததற்கு என்ன காரணம்?

ராயரிடம் அப்படி என்ன ஒரு வசீகர சக்தி இருந்தது?

ராயர் சிறந்த போர்வீரர்; திறம்மிக்க தானைத் தலைவர். போர்க் களங்களில் தம் படைகளுக்கு முன்னர், தாமே தலைமை தாங்கி நடத்துவதில் விருப்பம் உள்ளவர்.

படைகளின் முன்னே நின்று எதிரிகளுடன் நேருக்கு நேர் போரிடுபவர்.

அவரது விரோதிகளும்கூட அவரது வீரத்தைப் போற்றுவர்.

இவர் தனது ஆட்சிக்காலத்தில் எந்தப் போரிலும் தோல்வி என்பதை சந்தித்ததே இல்லை!

அவர் படையைத் தலைமை ஏற்று நடத்திச் செல்கிறார் என்றாலே, வீரர் களுக்கு தனி உற்சாகம் தான்! அதன் காரணமாகவே வீர தீரப் போர் செய்து தங்கள் பெருமைகளை நிலைநாட்டியுள்ளார்கள்!

படைகளை அணிவகுத்து ஒழுங்குபெற நிறுத்துவதிலும், திறமையோடு அவற்றை இயங்கச் செய்வதிலும்தான் அவரது வெற்றி ரகசியம் அடங்கி யுள்ளது.

படைகள் அணிவகுத்துச் செல்லும்போது இடையில் எதிர்படும் எதிர்பாராத இடையூறுகளையும் தனது போர் நுட்ப அறிவால் வென்றுவிடும் சமயோசிதப் புத்தி அவருக்கு இயல்பிலேயே இருந்தது.

உதயகிரி கோட்டையை அடைய, அவரது போர் வீரர்களுக்கு பாறைகளை உடைத்து பாதையை அமைத்துக் கொடுத்ததும், கொண்ட வீடு கோட்டை யைக் கைப்பற்ற மரத்தாலான உயரமான மேடைகளை (சப்பரம்) அமைத்து, கோட்டை மீது உள்ள வீரர்களுடன் சரிக்குச் சமமான உயரத்தில் இருந்து கொண்டு போர் புரியச் செய்ததும், ரெய்ச்சூர் போரில் புறமுதுகு காட்டி, தப்பி ஓடி வந்த வீரர்களை அவர் வாளால் வெட்டிக் கொன்றதும், அவர் அரசராக மட்டுமின்றி, வலிமைமிக்க போர்த்தளபதியாகவும் விளங்கினார் என்பதைத் தெரிந்துகொள்ளலாம்.

அவரது கம்பீரமான தோற்றமும், படைவீரர்கள் அவர் மீது கொண்டிருந்த அன்பும் அவருக்கு பெரிய பலமாக இருந்தன. போர் முடிந்த பின்னர், போர்க்களத்தில் காயம் அடைந்தவர்கள் அனைவரையும் நேரில் சென்று பார்த்து, அவர்களை மருத்துவ மனைக்கு அனுப்ப ஏற்பாடு செய்வார். வேண்டிய மருத்துவ உதவிகளைச் செய்யுமாறு உத்தரவிடுவார். போர்க் களத்தில் மிக உக்கிரமாகப் போரிட்டு சாதித்து, விழுப்புண் பெற்ற வீரர் களுக்கு தனது மேற்பார்வையிலேயே மருத்துவ உதவிகளைச் செய்யுமாறு கவனிப்பார்.

இத்தகைய அவரது பேரன்பின் காரணமாக, அவரது படைவீரர்கள் அவருக்காகத் தமது உயிரையும் தரச் சித்தமாக இருப்பார்கள்.

இவை எல்லாம் சேர்ந்துதான் அவர் ஒரு சிறந்த தானைத் தலைவராக விளங்கக் காரணமாயிற்று!

வீரத்தைப் போற்றும் வீரம்:

கிருஷ்ணதேவராயர், பெம்மசானி திம்ம நாயுடுவை (சிற்றரசர்) தம்முடைய அரசாங்கப் படையுடன் சேர்ந்து கொள்ளும்படி ஒரு கடிதம் எழுதினார். அவரோடு குணடூவி ரங்கபதி ராஜு என்பவனையும் அவனுடைய படை யையும் உடன் அழைத்து வருமாறு எழுதியிருந்தார்.

அந்த உத்தரவுப்படி திம்ம நாயுடு, ரங்கபதி ராஜுவை அழைத்துக்கொண்டு விஜயநகரம் வந்து சேர்ந்தார்.

ராயரின் அரசவையில் ஒரு நாள் எல்லோரும் கூடியிருந்தனர். ஆலோசனை நடந்து வந்தது. அப்போது பட்டத்து யானை மதம் பிடித்து, மிக வேகமாக சபைக்குள் நுழைந்து விட்டது. சபையினர் பயந்துபோய் நாலா பக்கமும் சிதறி ஓடினர்.

அச்சமயம், ரங்கபதி, சபையில் உள்ள தூண் ஒன்றின் மறைவில் ஒளிந்து கொண்டு, தம்முடைய கை வாளை யானையின் மீது வீசினார். அது வலி தாங்காமல் திரும்பி ஓடியது.

அவரது அஞ்சா நெஞ்சினைக் கண்ட ராயர் மனம் மகிழ்ந்து, ரங்கபதிக்கு அவரது இனத்தவரை முழு உரிமையுடன் ஆட்சிபுரியும்படி அனுமதி அளித்தார்.

மற்றொரு சமயம், கஜபதியுடன் நடந்த போரில் ரங்கபதி ராஜுவையும் கலந்து கொள்ளும்படி ராயர் கேட்டிருந்தார். அவ்வாறே ரங்கபதி தம்முடைய படையுடன் ராயருடன் சேர்ந்துகொண்டு, கஜபதியை எதிர்க்க முற்பட்டார்.

ராயர் அவரை அழைத்து, இந்தப் போரில் வெற்றி கிடைத்ததால், உமக்கு சிறந்த முறையில் வெகுமதிகள் வழங்குவேன் என்று கூறி 'இது சத்தியம்' என்னும் உறுதிமொழியின் படி சம்பிரதாயமாக அவருக்குக் கையில் தாம்பூலம் தந்து அனுப்பினார்.

உதயகிரி கோட்டையை முற்றுகையிடுமாறு உத்தரவிட்டவுடன், வடக்குப் பகுதியில் உள்ள ரங்கபதி தம்முடைய படையைக் கொண்டு போரிட்டுத் தாக்கி, அரசரின் படை வருவதற்கு முன்னரே, ராயர் தனக்கு அளித்த ஐந்து நிறங்கள் கொண்ட கொடியைக் கோட்டை நுழைவாயில் கதவுகளுக்கு மேலே பறக்கவிட்டார்.

கொடி பறப்பதைக் கண்ட ராயர், அந்தக் கொடியைப் பறக்க விட்டவர் யார் என அறிந்து, ரங்கபதி ராஜுவை வரவழைத்து, அவரது வீரதீரத்தைப் பாராட்டி அவருக்குப் பலவகை வெகுமதிகளை வழங்கினார்.

கிருஷ்ணதேவராயரின் தோற்றம் எப்படி இருக்கும்?

கிருஷ்ணதேவராயர் ஆட்சிக் காலத்தில் விஜயநகர சாம்ராஜ்ஜியம் வந்திருந்து பயணக்குறிப்புகள் எழுதியுள்ள யாத்ரிகர் 'பேயஸ்' (paes) என்பவர் ராயரைப் பற்றி எழுதியுள்ளதிலிருந்து:

'கிருஷ்ணதேவராயர் நடுத்தரமான உயரம் உடையவர். அழகான தோற்றத் தோடு, நல்ல உடற்கட்டு கொண்டவர். சற்று பருமனாகக் காணப்படுவார். கண்டோர் அஞ்சும்படியான தோற்றம். முகத்தில் அம்மை வடுக்கள் இருக்கும். நேர்மையானவர். அயல் நாட்டினரை அன்புடன் வரவேற்று, அவர்கள் எந்நிலையில் இருப்பினும், அவர்களை விசாரித்து, தகுந்த மரியாதை கொடுத்து ஆதரிப்பார்.

பேரரசர்; நீதிமான்; ஒரே குறை - சில சமயங்களில் திடீரென ஆத்திரப்பட்டு கோபம் அடைவது. 'அரசர்க்கு அரசர்' (king of kings), முக்கடலால் சூழப் பட்ட நிலவுலகின் தலைவன்' என்று சில பட்டப்பெயர்கள் அவருக்கு வழங்கப்பட்டன.

அரசியலுக்குத் தொல்லை கொடுக்காத வகையில் அரசாங்க அலுவலர்களை அடக்கியாளும் ஆற்றலைப் பெற்றிருந்தார். தினம் தோறும் உடல்பயிற்சி செய்வதில் நாட்டம் உள்ளவர். எதிரிகளிடமும் அன்பு காட்டும் கருணை உள்ளம் கொண்டவர்.

ரெய்ச்சூர் கோட்டையைக் கைப்பற்றிய பின், அந்தக் கோட்டையை காவல் புரிந்த எதிரி நாட்டுப் போர் வீரர்களிடம் அவர் காட்டிய அன்பு, அந்த வீரர் களுக்கே வியப்பைத் தந்ததாம்.

ராயரின் தெய்வ பக்தி

கிருஷ்ணதேவராயர் வைஷ்ணவராக இருந்த போதும், பரந்த மனப் பான்மையும், மத நல்லிணக்கமும் கொண்டிருந்தார். இவர் சிவாலயங் களுக்கும், வைஷ்ண ஆலயங்களுக்கும் மட்டுமில்லாமல், முஸ்லிம்களின் மசூதிகளுக்கும் ஏராளமான உதவிகள் செய்தார். அயல்நாட்டவர்களின் கிறிஸ்துவப் பிரசாரத்தையும் தடையின்றி அனுமதித்தார்.

கிருஷ்ணதேவராயருக்கு திருப்பதி ஏழுமலையான் மீது மிகுந்த பக்தி உண்டு. அவருடைய குலதெய்வம் வெங்கடாசலபதியே என்று அவர் பல இடங்களில் குறிப்பிட்டுள்ளார்.

வேங்கடநாதனிடம் இவருக்கு இருந்த பக்தியின் காரணமாகவே இவர் தம் மகள்கள் இருவருக்கும் (திருமலாதேவி மகள் ஒருத்தி - சின்னதேவி மகள் ஒருத்தி) திருமலாம்பா, வெங்கலாம்பா என்று பெயரிட்டிருந்தார்.

ராயருக்கு வெகுகாலம்வரை ஆண் வாரிசு இல்லை. தனக்குப் பின் விஜய நகரப் பேரரசை ஆளுவதற்கு வாரிசு இல்லாமலேயே போய் விடுமோ என்று நீண்ட காலமாக அவருக்கு ஒரு மனக் கலக்கம்.

யாரிடம் சொல்லி வருந்தமுடியும்? அவர் தன் மனக் கவலையைச் சொல்லி வருந்தியது எல்லாம் அந்தத் திருப்பதி ஏழுமலையானிடம்தான்.

அவரது பிரார்த்தனை வீண் போகவில்லை.

கிருஷ்ணதேவராயரின் பட்டத்து ராணி - முதல் மனைவி - திருமலாதேவிக்கு ஆண்குழந்தை பிறந்தது.

எல்லாம் ஏழுமலையானின் அருள் என்று பரவசப்பட்ட ராயர், தன் மகனுக்கு 'திருமலை தேவ மகாராயன்' என்று பெயர் சூட்டினார்.

திருப்பதி ஏழுமலையானுக்கு அளித்த காணிக்கைகள்!

கிருஷ்ணதேவராயர் திருமலைக் கோயிலுக்காக அளித்த மான்யங்கள் ஏராள மானவை. வெங்கடேசப் பெருமான் எழுந்தருளியுள்ள திருப்பதியில் வைதீக

முறைப்படி, பதினாறு வகையான தானங்களைச் செய்துள்ளார். ஏழுமலை யானின் அன்றாட பூஜை செலவுகளுக்காகப் பொன்னும் பொருளும் வழங்கியுள்ளார்.

கோயிலுக்கு எக்கச்சக்கமான காணிக்கைகளை அளித்த இவர், நவரத்தின ஆபரணங்கள் முதலான விலையுயர்ந்த நகைகளை கடவுளுக்கு அணிவித்து மகிழ்ந்தார்.

ஒருமுறை திருமலைப் பெருமாளை முப்பதாயிரம் தங்கக் காசுகளால் குளிப்பாட்டி பரவசப்பட்டார்.

ராயர் வெங்கடாசலபதியின் கோயிலுக்குச் செய்த யாத்திரைகள், தரிசனம் ஒன்றை மட்டும் நோக்கமாகக் கொண்டவை அல்ல.

கடைசி இரண்டு மூன்று யாத்திரைகள் அல்லாத மற்றவை, இவருடைய திக்விஜய முயற்சி சம்பந்தமானவை. கஜபதியோடு போரில் இறங்குவதற்கு முன் தென்னிந்திய நிலைமையின் நெளிவு சுளிவுகளை அறிவதே அவற்றின் முக்கிய நோக்கம்.

இவர் 1513 பிப்ரவரி 10-ஆம் நாள் தமது இரண்டு ராணிமார்களோடு முதன் முதலாகத் திருமலைக்குச் சென்றார். அப்போது இவர் வேங்கடாசலபதிக்கு ஒரு நவரத்தின கிரீடத்தையும், இருபத்தி ஐந்து தங்க ஆரத்தித் தட்டுக் களையும் காணிக்கையாக சமர்ப்பித்தார்.

இறைவனுக்கு பால் வைத்து நிவேதனம் செய்வதற்காக தங்கக் கிண்ணம் ஒன்றையும் இவருடைய ராணிகளுள் ஒருவர் சமர்ப்பித்தார்.

அதே நாளில் கிருஷ்ணதேவராயர் மட்டும் காளஹஸ்திக்குச் சென்று காளத்திநாதருக்கு திருவாபரண காணிக்கை சமர்ப்பித்தார்.

திருவாபரணங்கள்:

மூன்று மாதங்களுக்குப் பிறகு இரண்டாம் முறை இவர் திருமலை சென்ற போது வெங்கடேசுவரர், ஸ்ரீதேவி, பூதேவி ஆகிய உத்சவ விக்கிரகங்களுக்கு மூன்று கிரீடங்களையும் பல திருவாபரணங்களையும் சமர்ப்பித்தார்.

இவர் மூன்றாம் முறை அங்கே சென்றது ஒன்றரை மாதங்களுக்குப் பிறகு.

தினசரி பூஜைக்கு உதவவும், வத்ஸர மகோத்ஸவம் நடைபெற உதவவும் பயன்படும்படி ஐந்து கிராமங்களை இறைவனுக்கு மானியமாக அப்போது வழங்கினார். அது தை மாதம். தம் தந்தை நரச நாயக்கருக்கும் தாய் நாகமாம் பாளுக்கும் இறைவன் அருள் பூரணமாகக் கிடைக்கவேண்டும் என்பதற்காக இந்த மானியம்.

பிரதாப ருத்ர கஜபதியை கொண்டவீடு (இதை கொண்டவேடு என்றும் குறிப்பிடுவர்) வரைக்கும் துரத்திச் சென்றும், ராயகிரிக் கோட்டையைப் பிடித்தும் வெற்றியோடு தம் தலைநகருக்குத் திரும்பும்போது, நான்காவது முறையாக 1514-ல் இவர், திருமலையானைத் தரிசித்து வணங்கினார்.

அப்போது இறைவனுக்கு கனகாபிஷேகம் செய்வித்தார். விலையுயர்ந்த திருவாபரண காணிக்கை சமர்ப்பித்தார். பொத்தப்பி நாட்டு சீமையைச் சேர்ந்த கொண்டவீடு என்ற கிராமத்தையும் மானியமாகக் கொடுத்தார்.

1517-ல் ஐந்தாம் முறையாக இவர் திருமலைக்குச் சென்றார். கஜபதி ராஜனோடு செய்த போரின் முடிவில் கும்பகோணத்து மகாமகத் திரு விழாவைப் பார்ப்பதை முக்கிய நோக்கமாகக் கொண்டு புறப்பட்ட யாத்தி ரையின் இடையே இந்தத் தரிசனம் நிகழ்ந்தது.

அப்போது கல்யாண வெங்கடேசுவரருக்கும் அலமேலு மங்கைத் தாயாருக்கும் நிறைய பணமும் திருவாபரணங்களும் சமர்ப்பித்தார்.

கோயிலின் தலைவாயிலின் உட்புறத்தில் தன் சிலையையும் தன் ராணிமார்கள் (திருமலாதேவி, சின்னதேவி) சிலைகளையும் தாமிரத்தில் செய்து பிரதிஷ்டை செய்வித்தது அப்போதுதான்.

ராணிகளின் சிலைகள், அரசரின் சிலைக்கு இருபுறத்திலும் அமைந்திருந்தன.

வெங்கடேசுவரருடைய உற்சவ விக்கிரகத்தின் முன்னிலையில் இந்தச் சிலைகளுக்கு 'ஸம்ப்ரோக்ஷணம்' நடைபெற்றது.

பின்னர் இவர், காளஹஸ்தி சென்றார். அங்குள்ள ஸ்ரீகாளஹஸ்தீஸ்வரருக்கு பொன்னும் பொருளும் வழங்கினார். மேலும், யாத்ரிகர்கள் தங்குவதற்கு பல சத்திரங்களை அங்கு கட்டினார்.

மேலும் புண்ணிய தலங்களைத் தரிசிக்க விரும்பிய கிருஷ்ணதேவராயர் தெற்கு நோக்கிப் புறப்பட்டார். அவர் வழிபட்ட கோயில்களுள் முக்கிய மானவை:

அழகர் கோயில் (மதுரைக்கு அருகில் உள்ளது), மதுரை மீனாட்சியம்மன் கோயில், ஸ்ரீவில்லிபுத்தூர், கருவநல்லூர், சங்கர நயினார் கோயில், தென்காசி, குற்றாலம், அகத்திய பர்வதம் (பொதிகை மலை), திருநெல்வேலி, தோத்தாத்திரி (வானமாமலை), திருக்குறுங்குடி, கன்னியாகுமரி, திருச்செந்தூர், நவ திருப்பதி (ஆழ்வார் திருநகரிக்கு அருகில்) திருத்தலங்கள் ஆகும்.

மதுரையில் சுந்தரேஸ்வரருக்கும் மீனாட்சி அம்மைக்கும் அவர் பொன்னும், பொருளும், நிலமும் வழங்கினார்.

ஸ்ரீவில்லிபுத்தூரில் எழுந்தருளியுள்ள ஆண்டாளுக்கு ஏராளமான பொன்னும் பொருளும் விலை மதிப்பற்ற ஆபரணங்களும் வழங்கியதோடு, அங்கு ஒரு லட்ச ரூபாய் செலவில் ஒரு குளத்தை வெட்டி, மத்தியில், சிற்ப வேலைப் பாடுகளுடன் கூடிய மண்டபம் ஒன்றையும் அமைத்தார்.

அகத்திய பர்வதத்தில் அழகிய கோபுரம் ஒன்றைக் கட்டினார்.

திருநெல்வேலி ஆலயத்தில் தாமிர சபை ஒன்றை நிறுவினார். பெரிய கற்களால் அமைக்கப்பட்ட மண்டபம் அது. மண்டபம் தாமிரத்தகடு அடித்து மூடப்பட்டுள்ளது.

திருநெல்வேலி அருகில் தமது நினைவாக கிருஷ்ண ராய சமுத்திரம் என்ற ஒரு கிராமத்தை ஏற்படுத்தினார்.

பின் ராயர் தனுஷ்கோடியை அடைந்து, ரத்தக் கறைபட்ட தமது பட்டாக் கத்தியை அங்கு கழுவி, தூய்மையாக்கிக் கொண்டதோடு, தாமும் சேது ஸ்நானம் செய்தார். அங்கு மூன்று துலாபாரங்களை (எடைக்கு எடை பொன்னும் பொருளும் அளித்தல்) வழங்கினார்.

1517- பிப்ரவரி 6-ம் தேதி கும்பகோணம் மகாமகத்துக்குப் போனார்!.

திருப்பதி - திருமலை தேவஸ்தான சாசனங்களின் படி 1518- அக்டோபர் 10-ஆம் தேதி இவர் ஆறாவது தடவையாக திருமலை தரிசனத்துக்குப் போனார். திருமலை விமானத்துக்கு தங்கப்பூச்சு நடந்த ஐந்து வாரத்துக்குள் இந்தத் தரிசனம் நடந்தது.

அந்த யாத்திரையின்போது அரசர், புதிதாகப் பிறந்த தம் குமாரனின் ஷேமத்தைக் கோரி திருமலையானுக்குச் சில கிராமங்களை மானியமாக அளித்தார்.

கடைசியாக, அதாவது ஏழாவது தடவையாக அரசர் திருமலைக்கு யாத்திரை செய்தது 1521-ல்! அப்போது அவர் திருமலையானுக்கு ஒரு பீதாம் பரத்தையும், ஒரு பதக்கத்தையும், பத்தாயிரம் மொகராக்களையும், கிரீடம் ஒன்றையும் காணிக்கையாக அர்ப்பணித்தார்.

கிருஷ்ணதேவராயர் விஜயநகரத்தில் உள்ள விட்டலர், விருபாட்சர் ஆலயங் களுக்கு பல தானங்களையும், காணிக்கைகளையும் வழங்கினார்.

இப்படியாக ஹம்பி முதல் ராமேசுவரம் வரை உள்ள எத்தனையோ கோயில் களின் திருப்பணிக்கு உதவியவர் கிருஷ்ணதேவராயர். ஹம்பியில் உள்ள ஹஸ்ரா ராமகிருஷ்ண சுவாமி கோயிலைக் கட்டியவர் இவரே.

உதயகிரியிலிருந்து இதற்காகவே கொண்டுவந்த கிருஷ்ண விக்கிரகத்தை அந்தக் கோயிலில் பிரதிஷ்டை செய்தவரும் இவரே.

விருபாட்சர் கோயில் கட்டுவதற்கு உதவி புரிந்தவரும், கோட்டா விநாயகர் கோயிலுக்கு சில கிராமங்களை மானியமாக வழங்கியவரும் இவரே.

வல்லபாசாரியருக்கு இவர் கனகாபிஷேகம் செய்தார் என்று 'வல்லபாசார்ய சரித்திரம்' கூறுகிறது. இரண்டு நாயன்மார்களின் விக்கிரகங்களைத் திரும்பப் பிரதிஷ்டை செய்யும் பணியை இவர் செய்ததாக 'தமிழ் நாவலர் சரிதை'யி லிருந்து தெரிகிறது.

மத்வர் தொடங்கிய வைணவ சமயப் பிரிவிற்கும் இவர் செய்த உதவிகளை 'வியாச யோகி சரித்திரம்' குறிப்பிடுகிறது.

கிருஷ்ணதேவராயர் சிவ தலங்களையும், வைணவத் தலங்களையும் சமய வேறுபாடு இன்றி சரிசமமாகவே பாவித்து வந்தார் என்பது இதன்மூலம் தெரியவருகிறது.

விஜயநகரப் பேரரசர்கள் வைணவ சமயத்தைச் சேர்ந்தவர்கள் என்றாலும், அரசாங்க (ஆட்சி) சமயமாக வைணவத்தை அவர்கள் கொண்டு வரவில்லை. எல்லா சமயங்களையும் போற்றி ஆதரித்து வந்தனர்.

வீர சைவம், வீர வைணவம் என்று இந்து சமயப் போராட்டங்கள் நடந்து வந்த காலத்தில் விஜயநகர அரசை நிறுவ உதவி செய்த, அத்வைத ஆசாரியார் மாத வாச்சாரிய வித்யாரண்யர் சைவ, வைணவ பேதத்தை நீக்கினார். எனவே அந்த மரபில் வந்த விஜயநகர பேரரசினர் சமயப் போராட்டத்தில் ஈடுபடவில்லை.

விஜயநகரப் பேரரசின் சிறந்த அரசரான கிருஷ்ணதேவராயர் தம் குடிமக்கள் எந்த ஒரு சமயப் பிரிவிலும் சேர்ந்துகொள்ள அவர்களுக்கு முழு உரிமை அளித்தார்.

தேவராயர் காலத்தில் வைணவர்கள் இரு பிரிவாக இருந்தனர். ராமானுஜரைப் பின்பற்றிய வைணவர்கள் ஒரு பிரிவு. துவைத ஆசாரியார் மாத்துவரைப் பின்பற்றி வரும் மாத்துவர் மற்றொரு பிரிவு.

இருபிரிவினருக்கும் கருத்திலும் நம்பிக்கையிலும் நிறைய வேறுபாடுகள் உள்ளன.

வைணவ ஆசாரியரான தாத்தாச்சாரியார் என்பவர் கிருஷ்ணதேவராயரின் குருவாக இருந்து வந்துள்ளார் என்பது, பழைய தெலுங்கு இலக்கியங் களிலிருந்து தெரியவருகிறது. ஆனால், இந்த தாத்தாச்சாரியார் என்பவர் யார் என சரியாகத் தெரியவில்லை.

தேவராயர் காலத்தில் அகோபில மடத்து ஜீயர்கள் வைணவத்தைப் பரப்புவ தில் முன்நின்றனர். அதில் குறிப்பாக வான் சடகோப ஜீயர் என்பவர் பல மடங்களை நிறுவி வைணவத்தைப் பரப்பினார்.

கிருஷ்ணதேவராயரின் அவைக்களப் புலவர் அல்லசானி பெத்தண்ணாவுக்கு வான்சடகோப ஜீயர் குருவாக விளங்கினார். அவரை கல்விக் களஞ்சியம் என்பார்கள். இந்த வான் சடகோபர்தான் ஆந்திர தேசத்தில் வைணவத்தை வேரூன்றச் செய்தார் என்கிறது பழங்காலத் தெலுங்கு நூல் ஒன்று.

பொதுவாகவே ராமானுஜருடைய காலத்துக்குப் பின் வைஷ்ணவ சமயம் விஜயநகர அரசர்களின் ஆட்சிக் காலத்தில் தென்னாட்டு மக்கள் பெரும் பாலோர் மனத்தையும் கவர்ந்தது. அரசன் முதல் போர்வீரர், பொதுமக்கள் எல்லோருக்குமே பிடித்த சமயமாக வைணவம் வளர்ந்தது. தம்முடைய காலை நேர உடற்பயிற்சியும் குதிரைச் சவாரியும் முடிந்தபின், கிருஷ்ணதேவராயர் தம் நெற்றியில் நாமம் இட்டுக் கொள்வது அவருடைய தினசரி வழக்கம் என்று 'ராய வாசகமு' நூல் கூறுகிறது.

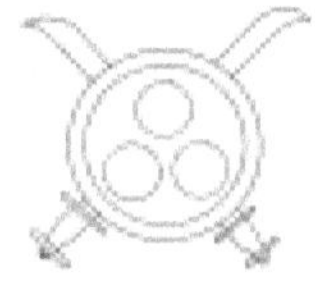

ராஜ சிம்மாசனத்தில் சந்நியாசி

ஒருநாள் அல்லசானி பெத்தண்ணாவும் கிருஷ்ணதேவராயரும் உரையாடிக் கொண்டிருந்தனர்.

'தங்கள் மகிமைமிக்க ஆட்சியில் வைணவம் நன்றாகத் தழைத்து வளர்ந்திருக்கிறது. ஆனாலும், சில வைணவர்களுக்கு ஒரு மனக்குறை...'

'என்ன?'

'ராமானுஜரைப் பின்பற்றும் 'ஶ்ரீவைணவர்' களைத் தாங்கள் ஆதரிப்பதாகவும், மாத்துவரைப் பின்பற்றும் வைணவர்களைக் கண்டுகொள்வ தில்லை என்றும் ரொம்ப மனக்குறையிட்டுக் கொள்கிறார்கள்.'

'யார்?'

'மாத்துவப் பிராமணர்கள் தான்'

'ஏன், நான் மாத்துவ சமயத்தைச் சேர்ந்த வியாச தீர்த்தரைத் தானே என் குரு நிலையில் வைத்துப் போற்றி வருகிறேன்?'

இவர்கள் இப்படிப் பேசிக்கொண்டிருக்கிற அதே நேரத்தில் வியாச தீர்த்தர் அரண்மனைக்கு வந்து தன் பல்லக்கை விட்டு இறங்கினார்.

உள்ளே வந்து, அவர் வழக்கமாக அமரும் அறையினுள் நுழைந்து, தமக்குரிய ஆசனத்தில் அமர்ந்தார்.

சேவகன் வந்து கிருஷ்ணதேவராயரிடம், வியாச

தீர்த்தர் வந்துள்ள செய்தியைச் சொல்ல, ராயர் அல்லசானி பெத்தண்ணாவை அனுப்பிவிட்டு, வேகமாக தீர்த்தர் அமர்ந்திருக்கும் அறைக்கு வந்தார்.

உள்ளே நுழைந்ததும் குருவை நமஸ்கரித்தார். குரு அமர்ந்துள்ள பீடத்துக்குக் கீழே தரையில் விரிப்பை போடச்செய்து அமர்ந்து கொண்டார். அதுதான் வழக்கம். குருவுக்கு முன்பாக சரிக்குச் சமமாக ராயர் ஒருபோதும் அமர மாட்டார்.

சற்றுநேரம் ராயரின் நலம் விசாரித்து, அவருக்கு தீர்த்தம் வழங்கி துளசியும் மலர்களும் வழங்கி ஆசிர்வதித்தார் வியாசர்.

பின்னர், மெல்ல விஷயத்துக்கு வந்தார்.

'கிருஷ்ணா! சற்று சங்கடமான விஷயத்தைப் பற்றிப் பேசத்தான் நான் இங்கு வந்துள்ளேன்!'

'சொல்லுங்கள், குருவே!'

'இன்னும் ஒராண்டு காலத்துக்கு உமது ஜாதகத்தில் கிரகங்களின் போக்கு, உனக்கு நல்லது செய்வதாக இல்லை...'

'எல்லாம் திருப்பதி வேங்கடவன் அருளால்தான் சரியாக வேண்டும்.'

'ஆகும்; ஆகும். கடவுள் நம்மைக் கைவிட்டு விடுவானா, என்ன! ஆனால், உலகத்தை இயக்கும் அவன்தான் கிரகங்களையும் இயக்குகிறான். அந்தக் கிரகங்கள் நமக்குச் சரியில்லாத நிலையில், நாம் அனுசரித்து நடந்து கொள் வதற்காகத்தானே, நமக்கு ஜோதிட அறிவையும் அவன் கொடுத்திருக்கிறான்.'

'ஜாதகத்தில் என்ன கிரக சஞ்சாரம் கெடுதலாக உள்ளது?'

'கிட்டத்தட்ட எல்லா கிரகமும்தான்.'

'இதனால் ஏதேனும் நாட்டுக்குப் பிரச்னை உண்டாகுமோ?'

'நாடு நமது நிர்வாகத்தின் கீழ்தானே இருக்கிறது. நம்மைத் தாண்டி நாட்டுக்கு என்ன பிரச்னை ஏற்பட்டு விடும்? ஆனால்...' என்று கூறி, சற்று நிதானித்து விட்டு, ராயரை ஆழ்ந்து நோக்கிய வியாசர், 'உன் உயிருக்கு அல்லவா ஆபத்து ஏற்படும்போல் இருக்கிறது!' என்றார்.

'அரியாசனத்தில் மன்னனாக யார் அமர்ந்திருந்தாலும் அவருக்கு போர்க் களத்தில் உயிருக்கு ஆபத்து. அல்லது அரசியல் சதிகாரர்களால் உயிருக்கு ஆபத்து. அதுதானே சரித்திரம்!'

'ஆனால், நீ சொல்கிற இரண்டையும் உன் விவேகத்தாலும் வீரத்தாலும் வென்று விடுவாய்! ஆனால், கிரகங்களின் வலிமை முன் நம் போன்ற சாதாரண உயிர்கள் என்ன செய்யமுடியும்?'

'குருவே, என்ன செய்யலாம். சொல்லுங்கள்!'

'அரசனாக இருப்பவனுக்குத்தான் இந்த ஜாதகக் கோளாறு பலிக்கும். அதனால், நீ சில காலம் அரச பீடத்தை விட்டு விலகி இரு...'

'அப்படியென்றால்...'

'கிரகக்கோளாறு நீங்கும் காலம்வரை உனக்கு நம்பிக்கையான ஒரு மனிதனை அரச பீடத்தில் அமர்த்து. முடிசூட்டவா போகிறாய்? அதெல்லாம் ஒன்று மில்லை. அரச நாற்காலியில் நீ அமராமல் இருந்தாலே போதும். தீய சக்தி கிரகங்கள் அரச பீடத்தில் இருப்பவனுக்குத்தான் கெடுதல் செய்யும் என்றிருக்கிறது.'

'கெடுதல் என்றால்...?'

'உயிர் போகும் ஆபத்து கிருஷ்ணா! மாரக கண்டம் என்பார்கள் ஜோதிடத்தில்! அந்த மாரக கண்டத்தை உண்டுபண்ணும் கிரக நிலை இப்போது உன் ஜாதகத்தில்! அது தெரிந்த பிறகு, நான் தூக்கம் கெட்டுப்போய் தவிக்கிறேன்.'

கிருஷ்ணதேவராயர் சற்று நேரம் ஏதும் பேசவில்லை.

வியாச தீர்த்தரிடமிருந்தும் பேச்சு வரவில்லை.

நீண்ட மெளனத்துக்குப் பிறகு, ராயரே பேச்சை ஆரம்பித்தார்:

'குருஜி... நான் ஒரு தீர்மானத்துக்கு வந்து விட்டேன்.'

வியாசர், ராயரைக் கூர்ந்து நோக்கினார்.

'தாங்கள் சொல்லும் கிரக நிலை மாறும் வரை என் அரச சிம்மாசனத்தில் தாங்களே அமர்ந்து பரிபாலிக்க வேண்டும்.'

இதை எதிர்பார்க்காத வியாசர், லேசாகப் புன்னகைத்தார்.

'அரச பீடம் வேண்டாம் என்று துறந்துவிட்டு சந்நியாசியாகப் போனவர்கள் உண்டு. சந்நியாசி யாரும் அரசனாக அமர்ந்து ஆட்சி புரிந்ததாகத் தெரிய வில்லையே! நீ சொல்வதை நான் ஏற்றுக்கொண்டால் அது என் தகுதிக்குப் பொருந்துமா?'

'குருஜி! தாங்கள் சந்நியாசி அல்ல; பெரிய ஞானி. சந்நியாசிக்கு உலகப் பற்று இல்லை. ஞானியோ உலகுக்கு நல்வழி காட்டக்கூடிய வல்லமை உள்ளவர். ஒரு ஞானியாகவே தங்களை என் பீடத்தில் அமர்த்துகிறேன். மறுக்காதீர்கள்!'

வியாச தீர்த்தர் லேசில் ஒப்புக்கொள்ளவில்லை. ஆனால் ராயரோ அவரை சமாதானப்படுத்தி, அவரையே ஓராண்டு காலம் அரசராக அமர்த்தி, ராயர் பின்னிருந்து நிர்வாகம் செய்தார். அதுமுதல் வியாச தீர்த்தர் 'வியாச ராயர்' என்று அழைக்கப்பட்டார்.

கிருஷ்ணதேவராயரின்
'ஆமுக்த மால்யதா'

கிருஷ்ணதேவராயர் மேற்கொண்ட எல்லாப் போர்களிலும் அவரே வெற்றி வாகை சூடினார் என்பது எத்தனை உண்மையோ அதுபோலவே இலக்கிய உலகிலும் மிகச் சிறப்பாக வெற்றிக் கொடி நாட்டியவர் கிருஷ்ணதேவராயர். அவருக்கு வடமொழியிலும், தெலுங்கு மொழி யிலும் நல்ல புலமை உண்டு. தனது அவையில் பல புலவர்களையும், இலக்கிய கர்த்தாக் களையும் ஆதரித்தார். தான் ஓய்வாக இருக்கும் தருணங்களில் எப்போதும் புலவர்கள் சூழ அமர்ந்து உரையாடுவதையே மிகவும் விரும்பு வார்.

கவிஞர்களுக்கும், ஆராய்ச்சியாளர்களுக்கும் அவர் தந்த ஆதரவு காரணமாகவே வெளிநாட்டு யாத்திரிகர்களான பேயஸ், நூனிஸ் போன்றவர் களும் அவரிடம் வந்து தங்கியிருந்தனர்.

தெலுங்கை அவர் போஷித்ததால் அவருக்கு 'ஆந்திரபோஜர்' என்ற பெயரும் உண்டு.

எல்லா மொழிப் புலவர்களையும் வேறுபாடு இன்றி அவர் வளர்த்தாலும், தனது தாய்மொழி யான தெலுங்கு மீது அவருக்கு அலாதி ஈடுபாடு. வடமொழியோடு தென்மொழிகள் அனைத்தை யும் ஆதரித்தார்.

தெலுங்கு மொழி சாளுவ நரசிம்மர் காலத்தில் மறுமலர்ச்சி அடையத் தொடங்கி, கிருஷ்ணதேவராயர் காலத்தில் உன்னத நிலையை எட்டியது.

சமஸ்கிருதம், கன்னடம், தெலுங்கு என மும்மொழிகளிலும் வல்லமை பெற்றிருந்த கிருஷ்ணதேவராயரின் மிகச் சிறந்த காவியம் 'ஆமுக்த மால்யதா'

அவர் தெலுங்கில் எழுதிய இக்காவியம் கண்ணனைக் காதலித்த ஆண்டாளின் கதையை அதியற்புதமாக விவரிக்கிறது.

தமிழில் ஐப்பெருங்காப்பியங்கள் எப்படி சிறப்பானதாகப் போற்றப் படுகிறதோ அதுபோலவே தெலுங்கில் புகழ் பெற்ற ஐந்து காப்பியங்களுள் சிறப்பான தனியிடம் பெற்றுத் திகழ்கிறது ஆமுக்த மால்யதா.

அந்நூலில், வைணவ சமயத்தை வளர்க்க வந்த ஆழ்வார்கள் பன்னிருவருள் தலை சிறந்த விஷ்ணுசித்தரான பெரியாழ்வாரின் வாழ்க்கையைப் பற்றியும், அவருடைய வைணவ தத்துவ விளக்கங்களையும் குறிப்பிட்டுள்ளார்.

அத்துடன், பெரியாழ்வாரின் வளர்ப்பு மகளான கோதை என்ற ஆண்டாள் அரங்கநாதப் பெருமானிடம் கொண்ட தெய்வீகக் காதலையும் சிறப்பித் துள்ளார்.

பகவான் விஷ்ணுவே, கிருஷ்ணதேவராயரின் கனவில் வந்து இப்படியொரு காவியத்தை எழுதுமாறு கட்டளையிட்டதால், அவர் மனம் கனிந்த பக்தியுடன் இதை எழுதியதாகக் குறிப்புகள் சொல்கின்றன. கிருஷ்ணதேவராயரின் மிகச் சிறந்த கற்பனையும், கலா ரசனையும் இக் காவியம் முழுதும் ஜரிகை இழையாக மின்னுகிறது.

கிருஷ்ணதேவராயர் ஆமுக்த மால்யதாவின் ஓரிடத்தில் ஆண்டாளின் கூந்தலைப் பற்றி விவரிக்கிறார்.

தென்னகத்துப் பெண்கள் எல்லோருமே தங்களின் கூந்தலைப் பின்னலிடு வார்கள் அல்லது பின்புறம் கொண்டையிடுவார்கள். ஆனால் ஆண்டாளின் அழகியகொண்டை அலங்காரம் மட்டும் மாறுபட்டு, அவளின் பக்க வாட்டில் தூக்கி முடியப்பட்டிருக்கும். வித்தியாசமான இந்தக் கூந்தல் அலங் காரம் எதற்காக?

இதற்கு மிக ரசனையாக ஒரு காரணத்தை ஆமுக்த மால்யதாவில் சொல்கிறார் கிருஷ்ணதேவராயர்.

பகவான் கிருஷ்ணுக்கான மாலையை முதலில் தான் அணிந்து அழகு பார்த்துத் தந்தவள் ஆண்டாள். கண்ணனைப் போலவே அலங்காரப் பிரியை. அவள், தான் எப்படியெல்லாம் அலங்கரித்துக் கொண்டால் கண்ணனுக்குப் பிடிக்கும் என்று பலவிதமாக பூச் சூட்டிக் கொண்டு அழகு பார்க்கிறாள்.

எல்லாம் சரி! ஆனால் இந்தக் கூந்தல் அலங்காரத்தில் மட்டும்தான் அவளுக்குத் திருப்தியேற்படவில்லை. ஏனெனில் முதுகுக்குப் பின்னால் செய்து கொள்ளும் கூந்தல் அழகு முன்புறக் கண்ணாடியில் சரிவரத் தெரிய வில்லை.

என்ன செய்யலாம்? யோசித்தவள் அதற்காகத்தான் பக்கவாட்டில் கூந்தலைக் கொண்டையிட்டு அலங்கரித்து அழகு பார்க்கிறாளாம்!

'ஆஹா! இப்போது கண்ணாடியில் பார்க்கும்போது என் கண்ணே பட்டு விடும் போலிருக்கிறது. இது நிச்சயம் என் உள்ளம் கவர் கள்வனுக்குப் பிடிக்கும்' என்று பார்த்துப் பார்த்து அலங்கரித்துக்கொண்டு, கண்ணனுக் காகவே கூந்தலின் அழகை பக்கவாட்டில் முடிந்து கொள்கிறாளாம்!

எத்தனை அழகான கற்பனை இது! கிருஷ்ணதேவராயர் சிறந்த மன்னர் மட்டுமல்ல, மிகச் சிறந்த கவிஞர் என்பதையும் உரக்கப் பேசும் காவியம் ஆமுக்த மால்யதா.

மேலும் சமஸ்கிருதத்தில் அவர் எழுதிய நூல்களுள் 'ஜாம்பவதி கல்யாணம்', 'உஷா பரிணயம்' ஆகிய இரு நாடகங்கள் இன்றும் பாராட்டப்பட்டு வருகின்றன.

வட மொழியில் எழுதப்பட்ட இந்த நாடகங்களில் 'ஜாம்பவதி கல்யாணம்' நாடகத்தின் ஏட்டுச் சுவடி பிரதியொன்று தஞ்சை சரஸ்வதி மகால் நூலகத்தில் இன்றும் உள்ளது.

மேலும் மதாலசா சரித்ரா, சத்யவது ப்ரினனா, சகலகதாசார சங்க்ரகா, ஞான சிந்தாமணி, ரசமஞ்சரி ஆகிய நூல்களும் இவர் எழுதியுள்ளதாகக் கூறப்படு கிறது.

கிருஷ்ணதேவராயர் கவிஞர்களுக்கும், அறிஞர்களுக்கும் மிகவும் மதிப் பளித்தார். அனைத்து மொழிக் கலைஞர்களையும் அரவணைத்துக் கௌர வித்தார். கலை கலாசாரங்களின் பறிமாற்றத்துக்காகவே 'புவன விஜயா' என்னும் தனி அரண்மனையைக் கட்டுவித்தார். இங்கே இலக்கியக் கூட்டங் களும், அதுசம்பந்தமான வாதப் பிரதிவாதங்களும் நிகழ்ந்தன. பல அறிஞர்கள் தாங்கள் எழுதிய படைப்புகளை இங்கே அரங்கேற்றினார்கள். அவரது அரசவைப் புலவர்கள் பலரது நூல்களும்கூட இங்குதான் அரங் கேற்றம் செய்யப்பட்டன.

அஷ்ட திக் கஜங்கள்

கிருஷ்ணதேவராயரின் அரசவையை மிகச்சிறந்த எட்டுக் கவிஞர்கள் அலங் கரித்தனர். அவர்கள் 'அஷ்ட திக் கஜங்கள்' எனப்பட்டனர். அந்த எட்டுப் பேரும் தெலுங்கு மொழிக் கவிஞர்கள். அவர்கள் - அல்லசானி பெத்தண்ணா, நந்தி திம்மண்ணா, தூர்ஜதி, மாதயகாரி மல்லண்ணா, அய்யராஜு ராமபத்ரா, தெனாலி ராமகிருஷ்ணா, ராமராஜு பூஷணா, பிங்கலி சூரண்ணா ஆகியோர்.

இதில் அல்லசானி பெத்தண்ணா என்பவர்தான் தலைமைப் புலவராக, மன்னர் கிருஷ்ணதேவராயருக்கு நெருக்கமாக இருந்தவர். அல்லசானி சொக்கராஜு என்பவரின் மகன் அல்லசானி பெத்தண்ணா. இவர் மனு சரித் திரம் (மனு தர்மம் எழுதிய மனுவைப் பற்றி அல்ல; அவருக்குப் பிறகு

வாழ்ந்த இரண்டாம் மனுவைப் பற்றிய வரலாற்று நூல்), விஷ்ணு சித்தியம் என்ற இரு நூல்களை எழுதியுள்ளார்.

இவருடைய புலமையைக் கண்டு ராயர் இவருக்கு 'கோகடா' என்ற ஊரைத் தானமாகக் கொடுத்தார். புலவரோ அவ்வூரை ஸ்ரீவைஷ்ணவர்களுக்கு அக்ர காரமாக, 'சடகோபுரம்' என்ற பெயரிட்டு வழங்கி விட்டார். தனக்கு தான மாகக் கிடைத்த வரியில்லா நிலங்கள் சிலவற்றையும் பெத்தண்ணா சிவன் கோயில்களுக்கும் பெருமாள் கோயில்களுக்கும் வழங்கிவிட்டார்.

இந்த எட்டு கவிஞர்களுள் ஒருவரான தெனாலி ராமகிருஷ்ணாதான் 'தெனாலி ராமன்' என்ற பெயரில் விகடகவியாக தமிழ்நாட்டில் பிரபல மடைந்துள்ளார். இவர் நகைச்சுவை உணர்வு மிக்கவர். இவரது பெயரில் புழங்கும் நகைச்சுவைக் கதைகள் அனைத்தும், குழந்தைகளை மகிழ்விப் பதற்காகச் சொல்லப்பட்ட கற்பனைக் கதைகளே! அந்தக் கதைகள் எல்லாம் தெனாலிராமனை கோமாளிபோல் சித்தரித்து இறுதியில் அவர் மிகுந்த மதிநுட்பம் வாய்ந்தவர் என்று போற்றும் விதமாகவே இருக்கும்.

கிருஷ்ணதேவராயர் அல்லசானி பெத்தண்ணாவின் 'மனு சரித்திரம்' நூலைப் பாராட்டி அவரை பட்டத்து யானை மீது அமர்த்தி நகர்வலம் வரச்செய்து சிறப்பித்தார். இன்னொருமுறை பெத்தண்ணாவின் புலமையைப் பாராட்டும் விதமாக மன்னரே, பெத்தண்ணாவின் காலில் 'கண்ட பெண்டரமு' என்னும் அணிகலனை அணிவித்துப் பாராட்டினாராம்.

இப்படி கலைகளையும், கலைஞர்களையும் சிறப்பிப்பதிலும், திறமைகள் எங்கிருந்தாலும் அங்கீகரிப்பதிலும், அரவணைப்பதிலும், அன்பு காட்டு வதிலும் ஈடு இணையில்லாதவர் கிருஷ்ணதேவராயர்.

நேர்மையை இவர் கௌரவித்தது தனி ரகம்!

இது பற்றிய ஒரு சம்பவம் துரோகத்தில் தொடங்கியது!

துரோகம் Vs விசுவாசம்

ஒருநாள் அரசவை கூடி, மன்னர் அரியாசனத்தில் வந்து அமர்ந்ததுமே, அமைச்சர் அப்பாஜி எழுந்து 'நாகம நாயக்கர் நமக்குத் துரோகம் செய்து விட்டார்!' என்று மன்னரிடம் கூறினார்.

கடுகடுத்த அவர் முகத்தைக் கண்டதுமே, அப்பாஜி மிகுந்த மனக் கொதிப்பில் இருக்கிறார் என்பதைப் புரிந்து கொண்டார் கிருஷ்ணதேவராயர்.

அவர், அப்போது தளபதி நாகம நாயக்கரை மதுரைக்கு அனுப்பி வைத் திருந்தார். மதுரைப் பிரதேசம் அந்தச் சமயத்தில் விஜயநகர ஆட்சியின் கீழ் இருந்தது.

அதை, சிற்றரசர்களான வீரசேகர சோழனும், சந்திரசேகர பாண்டியனும் ஆண்டு வந்தார்கள். இருவரும் விஜயநகரத்துக்குக் கட்டுப்பட்டவர்களாகக் கப்பம் செலுத்திக்கொண்டு ஆட்சி செய்து வந்தனர். ஆனால் ஏனோ இரு

வருக்கும் ஒருவரையொருவர் பிடிக்காமல் போய் அடிக்கடி சண்டையிட்டுக் கொண்டிருந்தார்கள்.

இந்த மோதலின் உச்சகட்டமானது பாண்டியனின் ராஜ்ஜியத்தில் ஒரு பகுதியை சோழன் பிடுங்கிக் கொள்ளும் அளவுக்குக் கொண்டுபோய் விட்டது. பாண்டியன் அலறியடித்துக்கொண்டு கிருஷ்ணதேவராயரிடம் வந்து முறையிட, சோழனை அடக்குவதற்காக நாகம நாயக்கரை படையுடன் மதுரைக்கு அனுப்பி வைத்திருந்தார் அவர்.

நாகம நாயக்கர் சென்று வெகுநாள்களாகி விட்டன. இதுவரையிலும் பதிலில்லை. ஆனால் அப்பாஜி இப்போது அவரைப் பற்றி ஏதோ புது தகவல் கூறுகிறார்.

'என்ன நடந்தது அப்பாஜி?' பதட்டமில்லாமல் கேட்டார் கிருஷ்ணதேவராயர்.

'மதுரைக்குச் சென்ற தளபதி நாகம நாயக்கர், அங்கு வீரசேகர சோழரை போரில் தோற்கடித்து அவரிடமிருந்து பாண்டியரின் பிரதேசங்களை மீட்டு விட்டாராம். ஆனால் அப்படிக் கைப்பற்றிய பிரதேசங்களைத் திரும்ப சந்திர சேகர பாண்டியரிடம் ஒப்படைக்காமல் தானே ஆட்சி செய்து வருகிறாராம்!' - கடுப்புடன் சொல்லி முடித்தார் அப்பாஜி.

இதைக் கேட்டு சபையே சலசலத்தது. 'மிக அநியாயம்!' 'மன்னிக்க முடியாத துரோகம்!' என்றெல்லாம் கூச்சல் எழுந்தது.

கிருஷ்ணதேவராயருக்குள்ளும் கோபம் மூண்டது.

நாகம நாயக்கர் வயதில் மூத்தவர். சிறு வயது முதலே கிருஷ்ணதேவராயரின் மேல் அன்பு கொண்டவர். விஜயநகரத்துக்கு இதுநாள்வரை விசுவாசமாக இருந்தவர். கிருஷ்ணதேவராயரும் அவருக்கு எந்தக் குறையும் வைத்த தில்லை. பெற்ற தந்தையைப் போல பாவித்து மதிப்புடன் நடத்தினார். அப்படிப்பட்டவர் இப்படியொரு துரோகம் செய்ததை கிருஷ்ணதேவராய ரால் ஜீரணிக்க முடியவில்லை.

'இப்போது என்ன செய்யலாம் அப்பாஜி?' - வறண்ட குரலில் கேட்டார் கிருஷ்ணதேவராயர்.

'வேறு வழியில்லை சக்கரவர்த்தி. இப்போதே இன்னொரு சிறு படையை அனுப்பி நாகம நாயக்கரை கைது செய்ய உத்தரவிடுங்கள்'

'சரி! அப்படியே ஆகட்டும்' - கிருஷ்ணதேவராயர் சொல்லி முடித்ததுமே, 'சக்கரவர்த்தி என்னை மன்னிக்கவேண்டும்!' என்று குரல் கொடுத்தபடி இளைஞன் ஒருவன் சபையின் பின்னாலிருந்து மன்னரின் முன் வந்து வணங்கினான்.

'சக்கரவர்த்தி, மதுரைக்குப் படை நடத்திச் சென்று நாகம நாயக்கரைக் கைது செய்யும் பணியைத் தயவுசெய்து தாங்கள் எனக்கு அளிக்கவேண்டும்!' என்று வேண்டினான்.

அவனைக் கண்டு திகைப்படைந்தார் கிருஷ்ணதேவராயர். அந்த இளைஞன் தளபதி நாகம நாயக்கரின் மகன் விஸ்வநாதன்!

விஸ்வநாதனின் கண்கள் கலங்கியிருந்தன. பார்வையில் கெஞ்சுதல் தெரிந்தது.

'விஸ்வநாதா! இதென்ன நாடகம்? சொந்த தேசத்துக்குத் துரோகம் இழைத் தவர் உன் தந்தை. அவரின் மகன் நீ. உன்னை நாங்கள் எப்படி நம்புவது? எந்த மகனாவது தந்தையை விட்டுக் கொடுப்பானா? மீண்டும் ஒருமுறை நாங்கள் ஏமாறத் தயாராயில்லை' என்ற அப்பாஜி மன்னரிடம் கூறினார்.

'சக்கரவர்த்தி, இவனை முதலில் கைது செய்து சிறையில் அடையுங்கள். தந்தை நாகம நாயக்கர் மகனைக் காப்பாற்ற தானாகவே இங்கு வந்து சேர்வார்' என்று யோசனை கூறினார்.

தந்தை ஏற்படுத்திய களங்கத்தால் கூனிக் குறுகி நின்றிருந்த விஸ்வநாதனைப் பார்த்தார் கிருஷ்ணதேவராயர். மனத்தில் பரிதாபம் பிறந்தது. உள்ளம் அவனை நம்பத் தூண்டியது. ஒரு முடிவுக்கு வந்தவராக, 'வீரனே, உன் கோரிக் கையை ஏற்றுக்கொள்கிறேன். இன்றே நமது படையின் ஒரு பிரிவை அழைத்துக் கொண்டு செல். விஜயநகரத்தின் விசுவாசி என்பதை நிரூபித்துக் காட்டு!' என்றார்.

விஸ்வநாதனின் முகத்தில் பிரகாசம் தோன்றியது. மனத்தில் உறுதியும் தன்னம்பிக்கையுமாகச் சொன்னான்.

'விஜயநகரத்தின் துரோகியை விரைவிலேயே உங்கள் முன் கொண்டு வந்து நிறுத்துவேன். இல்லையேல் தங்களின் விசுவாசியாகவே உயிர் துறப்பேன்'

மன்னரிடம் தந்த வாக்குறுதியை விரைவிலேயே நிறைவேற்றி முடித்தான் விஸ்வநாதன்.

பெரும் போராட்டத்துக்குப் பிறகு தனது தந்தை நாகம நாயக்கரைக் கைது செய்து கிருஷ்ணதேவராயரின் முன் நிறுத்தினான்.

விலங்கு பூட்டப்பட்டிருந்த நாகம நாயக்கரை விடுவிக்கச் சொன்னார் கிருஷ்ணதேவராயர்.

'என்னை மன்னித்து விடுங்கள் சக்கரவர்த்தி' குரல் தழுதழுக்க, மன்னரின் முகம் பார்க்கக்கூடத் திராணியில்லாமல் தலை கவிழ்ந்தார் நாகம நாயக்கர்.

'நாகம நாயக்கரே, உங்களுடைய செயல் என்னை மிகவும் மன வேதனைப் படுத்தியது உண்மைதான். ஆனால் இப்போது நான் சந்தோஷமாக இருக் கிறேன். என் மன வலியைப் போக்கிவிட்டான் உங்கள் மகன் விஸ்வநாதன்.

நீங்கள், உங்கள் மகனை மன்னனாக்க ஆசைப்பட்டுதான் மதுரைப் பிரதேசங் களை ஒப்படைக்கவில்லை என்று அப்பாஜியிடம் சொன்னீர்களாமே. அந்த உங்களின் ஆசையை நான் நிறைவேற்றி வைக்கிறேன்' என்றவர் விஸ்வநா தனை அழைத்தார்.

'விஸ்வநாதா, நீ உன் விசுவாசத்தால் என்னை நெகிழச் செய்து விட்டாய். பெற்றெடுத்த தந்தை என்றும் பாராமல் கடமையுணர்ச்சியுடன் செயலாற்றிய உன் நேர்மைக்கு என் பரிசு இது. இனி மதுரைச் சீமை உனக்கும் உன் சந்ததியருக்கும் சொந்தம்!'

கிருஷ்ணதேவராயரின் இந்த முடிவைக் கேட்டு சபையே ஆரவாரம் செய்தது.

இதுதான் இந்த அன்பும், அரவணைப்பும், பெருந்தன்மையும்தான் கிருஷ்ணதேவராயர்.

இந்த மதுரை மட்டும்தான் என்றில்லை; கிருஷ்ணதேவராயரின் காலத்தில் தமிழகம் முழுவதுமே விஜயநகரக் கட்டுப்பாட்டில்தான் இருந்தது. சிறப் படைந்தும் விளங்கியது.

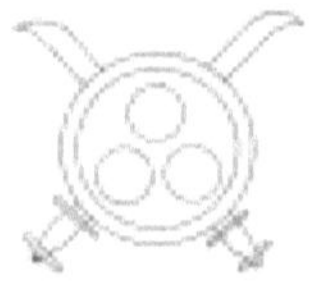

விஜயநகரத்தின் கீழ் தமிழகம்

தென்னகம் முழுவதையுமே வெற்றிகொண்டு முகலாயர்களை உள்ளே புகமுடியாமல் தடுத்த தன் காரணமாகவே கிருஷ்ணதேவராயரை 'துலுக்கர் மொகரம் தவிர்த்தான்' என்று தமிழகக் கல்வெட்டுகளில் சிறப்பித்துக் கூறியிருக் கிறார்கள்.

தென்னிந்தியாவில் கிருஷ்ணதேவராயர் கைப் பற்றாமல் விட்டுவைத்த ஒரே பிரதேசம் கோவா மட்டும்தான். மற்றபடி கிருஷ்ணா நதியின் தென் பகுதியில் இருந்த தென்னிந்தியா முழுவதும் விஜயநகரத்தின் கீழ்தான் இருந்தது.

மூவேந்தர்களான சேர, சோழ, பாண்டியர்கள் காலத்துக்குப் பிறகுதான் தமிழகம் முழுவதுமே விஜயநகரப் பேரரசின் கீழ் வந்தது. அப்போது தமிழகத்தை நிர்வகிக்க கிருஷ்ணதேவராயரிடம் இருந்த மெய்க்காப்பாளர்கள், மற்றும் அரண் மனை வாயிற்காப்போன் போன்றவர்களாக இருந்த மூன்று பேரைத் தேர்ந்தெடுத்து (அதில் ஒருவன் விஸ்வநாதன்)நாயக்கர்களாக அனுப்பி வைத்தார்.

அவர்களே மதுரை நாயக்கர்கள், தஞ்சை நாயக் கர்கள், செஞ்சி நாயக்கர்கள் என்றாகினர். தமிழ கத்தின் புகழ் பெற்ற திருமலை நாயக்கர், ராணி மங்கம்மா போன்றோர் இந்த வம்சத்தில் வந்த வர்களே.

கிருஷ்ணதேவராயரின் காலத்தில் தமிழக ஆட்சிமுறை 'பாளையம்' அல்லது 'சமஸ்தானம்'

என்ற பெயரில் நடை பெற்று வந்தது. இதற்கு முன்பாக தமிழகத்தில் இப்படி இருக்கவில்லை. கிருஷ்ணதேவராயர்தான் இதை அறிமுகப்படுத்தினார்.

கிருஷ்ணதேவராயரின் இந்தப் பாளையக்காரர் முறை அப்போது 'நயன்கரா முறை' என்றழைக்கப்பட்டது. இதன்படி நாட்டின் அனைத்து நிலங்களும் அரசருக்கே சொந்தமாகும். அரசரிடமிருந்து நிலங்களைப் பெற்றவர்கள் நாயக்கர்கள். அதாவது விஜயநகரத்துக்குக் கட்டுப்பட்ட சிற்றரசர்கள்.

அவர்கள் நிலங்களைப் பெற்று ஆட்சி செய்வதற்குக் கப்பம் கட்டும் விதமாக ஆண்டுதோறும் குறிப்பிட்ட தொகையும், எந்தச் சமயத்தில், படையெடுப்பு ஏற்பட்டாலும் விஜயநகரப் பேரரசுக்கு ஆதரவாக தமது படைகளையும் திரட்டிக்கொண்டு வரவேண்டும். அந்தச் சேனைக்கான வசதிகளைச் செய்து கொடுப்பதும் செலவு செய்வதும் நாயக்கர்கள் பொறுப்புதான்.

இப்படி நாயக்கர்கள் தமிழகத்தை அரசாள வந்த சமயத்தில்தான் ஏராளமான தெலுங்கு, கன்னட மொழி பேசும் மக்களும், குஜராத்தில் வாழ்ந்து வந்த சௌராஷ்டிர மக்களும் தமிழகத்துக்கு வந்து குடியேறி நிலை பெற்றனர். இவர்கள் அரச குடும்பத்தினருக்கும், உயர் குடி மக்களுக்கும் ஆடைகளை நெய்து வழங்கினார்கள்.

விஜயநகர ஆட்சிக் காலத்தில் தமிழ் மக்களின் நிலை மிகவும் செழிப் படைந்திருந்தது. உள்நாட்டு, வெளிநாட்டு வாணிபம் வளர்ந்து தமிழ் மக்களின் சமூக நிலையிலும், பொருளாதார நிலையிலும் பெரும் முன் னேற்றத்தைத் தந்தது. வேறுபட்ட மொழியைப் பேசும் மக்களும், வேறு பட்ட பண்பாட்டைக் கடைபிடிக்கும் மக்களும் சண்டை சச்சரவின்றி ஒன்றாக இணைந்து வாழ்ந்து வந்தார்கள்.

பொதுவாக கிருஷ்ணதேவராயரின் பேரரசில் அனைத்துத் தரப்பு மக்களுமே சந்தோஷமாக வாழ்ந்தார்கள் என்ற போதும், முஸ்லிம் மக்கள் மேலும் பாது காப்புடனும், நிம்மதியாகவும் வாழ்ந்தார்கள். போரில் இறந்த முஸ்லிம் வீரர் களின் மனைவிகளும், மகள்களும் மற்ற எல்லா முஸ்லிம் பெண்களும் மிக்க மரியாதையுடனும், கௌரவத்துடனும் நடத்தப்பட்டார்கள்.

பாரசீகத்திலிருந்து வந்திருந்த யாத்ரிகர் 'அப்துல் ரசாக்' விஜயநகரம் பற்றி எழுதுகையில் 'உலகம் முழுவதிலும் இது போன்ற அற்புத நகரத்தை என் விழிகள் கண்டதுமில்லை' என்று பிரமித்துப் பேசுகிறார்.

போர்த்துக்கீசிய யாத்ரிகர் 'டொகிங்கோ பயஸ்' 'எந்த ஒரு சிறு குற்றமும் விஜயநகரத்தின் ஆட்சியில் காண முடியாது. அரசின் எல்லாத் துறைகளிலும் சிறந்தவர் கிருஷ்ணதேவராயர்' என்று குறிப்பிடுகிறார். இன்னொரு போர்த்துக்கீசிய யாத்ரிகரான 'பார்போஸா' 'மக்களுக்கு எந்த விதமான பயமோ, அச்சுறுத்தலோ இல்லாமல் எந்த மதத்தையும் யாரும் பின்பற்றுவதற்கு முழு சுதந்தரம் விஜயநகரத்தில் இருந்தது' என்று வியக்கிறார்.

வணிகமும் வளர்ச்சியும்...

கிருஷ்ணதேவராயர் ஆட்சி பீடம் ஏறியதும், விஜயநகர வியாபாரத்தின் போக்கில் மாற்றம் ஏற்பட்டது. அண்டை அயல்நாடுகளுடனான வியாபாரம் அபரிமிதமாக சுமூகமாக நடந்தது. அயல்நாட்டினர் எந்தப் பயமுமின்றி தங்கள் பொருள்களை சந்தையில் விற்றனர். பண்டமாற்றாக வாசனைப் பொருள்கள், மசாலா சாமான்கள், துணிகள் போன்றவற்றை வாங்கிச் சென்றனர்.

ராயர் தனது படைபலத்தை விஸ்தரிக்க எண்ணினார். குதிரைப் படையும், யானைப் படையும் பலமாக இருந்தால்தான் அண்டை நாடுகளை வெல்ல முடியும். தனது அரசை பேரரசாக்க முடியும்; தன் முன்னோர்கள் ஆட்சிக் காலத்தில் தங்களிடம் இருந்து, பிறகு கைவிட்டுப் போன சிற்றரசுகளை மீண்டும் கைப்பற்ற முடியும் என்று கருதினார்.

எனவே, விஜயநகர அரசுக்கு குதிரை, யானைகளை விற்பனை செய்ய முன் வரும் வியாபாரிகளுக்கு தனிச் சலுகைகளை வழங்கினார். அதனால் அந்த வியாபாரிகள் விஜயநகர அரசுக்கு எதிராக உள்ளவர்களுக்கு யானை, குதிரை களை விற்க மறுத்தனர்.

குதிரை வணிகத்தில் அரேபியரும், போர்ச்சுக்கீசியருமே முன்னணியில் இருந்தனர்.

அரேபியர்களுடன் வணிகம்

இதில் அரேபியர்கள் தொன்மைக் காலத்திலிருந்தே தென்னிந்தியாவுடன் வர்த்தகத் தொடர்பு கொண்டிருந்தனர். மிளகு, இஞ்சி, வாசனை திரவியங்கள், துணி - இவற்றை ஐரோப்பிய நாடுகளுக்கு ஏற்றுமதி செய்தனர்.

இந்திய மண்ணில் குதிரைகள் நன்கு வளராது. அது குதிரை போன்ற கழுதையாகத்தான் தோன்றும். அவை அரேபிய மண்ணிலும் தட்பவெட் பத்திலும் செழுமையாக வளர்ந்தன. இந்தியாவில் குதிரை வர்த்தகம் செய்த அரேபியர்கள் போர்க் குதிரைகளை பாரசீகத்திலிருந்தும், அரேபியாவி லிருந்தும் இறக்குமதி செய்தனர்.

குதிரை வியாபாரத்தினால், அரேபியர்கள், இந்திய அரசர்களுக்குத் தேவை யான சிறந்த குதிரைகளை வழங்கி அதிக லாபம் ஈட்டினர்.

அதிலும் முகமதியர்கள் இந்தியாவில் ஆட்சியைப் பிடித்ததும் அரேபியர்கள் முகமதிய மன்னர்களுக்கு மட்டுமே நல்ல தரமான குதிரைகளை விற்றனர். முகமதிய அரசர்களின் பலமான குதிரைப் படையே இந்தியப் படைகளைச் சின்னாபின்னமாக்கி, முகமதியர்களுக்குப் போர்க்களத்தில் வெற்றியை ஈட்டித் தந்தது.

மேலும், முகமதிய அரசர்கள் அரேபியர் அல்லாத வேற்று நாட்டவர்களை குதிரை வியாபாரத்தில் ஊக்கப்படுத்தினால், அவர்கள் இந்திய அரசர்களுக்கு

நல்ல குதிரைகளைக் கொடுத்து அவர்களையும் பலப்படுத்தி விடுவார்கள் என்று அஞ்சினர்.

அதனால் அரேபியர்களைத் தவிர, மற்ற நாட்டினர் குதிரை வாணிகம் செய்ய முடியாத அளவுக்கு பல தடைகளை உண்டாக்கி வைத்திருந்தனர்.

இதன் அடிப்படையிலேயே விஜயநகரப் பேரரசுக்கும், கிருஷ்ணதேவரா யருக்கும் அரேபியர்கள் குதிரைகளை அனுப்ப மறுத்தனர். ஏதேதோ காரணம் கூறி தட்டிக் கழித்தனர்.

குதிரை வியாபாரத்தில் தங்களுக்குப் போட்டியாக ஒருவரும் இல்லாததால் மிக்க இறுமாப்புடன் இருந்தனர்.

ஆனால் சாளுவ நரசிம்மர் காலத்திலேயே அவர்களது வேகம் குறை யலாயிற்று. காரணம், போர்ச்சுக்கீசியர் இந்தியாவுக்கு வியாபாரம் செய்ய வரத் தொடங்கி விட்டனர்.

போர்ச்சுக்கீசியர்களுடன் வணிகம்

போர்ச்சுக்கீசியர்கள் தென்னிந்தியாவில் கோவாவில் தங்கி வியாபாரத்தைத் தொடங்கினர். அதனால், அரேபியரது வியாபாரம் மங்கத் தொடங்கியது.

போர்ச்சுக்கீசியர் கப்பல் மூலம் குதிரைகளைக் கொண்டுவந்து இறக்குமதி செய்து, அதையே தங்களது முதன்மை வாணிபமாகக் கொண்டிருந்தனர். குதிரைக்காக மன்னர்கள் என்ன விலை வேண்டுமானாலும் கொடுக்கத் தயாராக இருந்தனர். ஏலம், கிராம்பு, மிளகு, சந்தனம், யானைத் தந்தம் என்று விலைமதிப்புள்ள பொருள்கள் பலவற்றை ஏராளமாகப் பெற்றுச் சென்றனர் - குதிரைக்கு விலையாக!

கிருஷ்ணதேவராயரும் வெளிநாடுகளிலிருந்து போர்ச்சுகீசியர்கள் கொண்டு வரும் சிறந்த குதிரைகளைத் தமக்கே விற்குமாறு ஒப்பந்தம் செய்து கொண்டார். போர்ச்சுக்கீசியர் கிருஷ்ணதேவராயருடன் சேர்ந்துகொண்டு இணக்கமாக இருந்தனர். அதன் மூலம் அரேபியர்களுக்கு குதிரை விற் பனையில் இருந்த ஏக போகத்தை ஒழித்தனர்.

கிருஷ்ணதேவராயர் காலத்தில் போர்த்துக்கீசிய கவர்னராக இருந்தவர் 'ஆல்புகர்க்' என்பவர். இவர் கிருஷ்ணதேவராயரோடு மிகுந்த நட்புடன் பழகினார். அவர் கோவாவுக்கு வரும் எல்லா குதிரைகளையும் கிருஷ்ணதேவராயருக்கு விற்பதாக உறுதி கூறியதோடு, பீஜப்பூர் சுல்தானுக்கும்கூட குதிரைகளை விற்பதில்லை என்றும் முடிவு செய்தார்.

கிருஷ்ணதேவராயர் போர்ச்சுக்கீசியருடன் நட்புறவு கொண்டிருந்ததினால் தம் படைக்கு வேண்டிய சிறிய குதிரைகளை மிக எளிதாக அவரால் பெற முடிந்தது.

அண்டை நாட்டு எதிரிகளை வெல்ல ராயருக்கு பலமான குதிரைப்படை தேவையாக இருந்தது. இவர்களிடமிருந்து வாங்கிய குதிரைப் படையின்

வலிமையினால்தான் ராயரால் பாமினி சுல்தான்களை எளிதில் எதிர்க்க முடிந்தது.

அதேபோல் ராயரது நட்புறவு இருந்தால் அதன் மூலம் அவரது ஆட்சிக்கு உட்பட்ட பல நகரங்களில் வியாபாரம் செய்ய முடியும் என்பதாலேயே போர்ச்சுக்கீசியரும் ராயருக்கு ஆதரவாக இருந்தனர். பெரிய வியாபாரிகள் ராயரின் தலைநகரையே தங்கள் இருப்பிடமாகக் கொண்டிருந்தனர்.

போர்ச்சுக்கீசியர் குதிரை வியாபாரத்தோடு மட்டும் நிற்கவில்லை. வெல் வெட்டுணிகள், சைனா ஆடைகள், ஆபரணங்கள், நவரத்தினங்கள், சந்தனம், முத்துக்கள் ஆகியவற்றை விஜயநகர அங்காடிகளில் வியாபாரம் செய்து வந்தனர்.

ராயர் அவர்களுக்கு பல சலுகைகளைக் கொடுத்திருந்த போதிலும், அரசியலில் அவர்களோடு கூட்டுறவு வைத்துக் கொள்ளவில்லை.

இந்தியாவின் போர்ச்சுக்கீசிய கவர்னரான 'ஆல்புகர்'க்கு 'கோவா' பகுதி கிடைத்தது பற்றி, ராயர் கைப்பட பாராட்டு எழுதித் தெரிவித்துள்ளார்.

கள்ளிக்கோட்டை மன்னர் சாமோரினுக்கும் போர்ச்சுக்கீசியர்களுக்கும் பகை ஏற்பட்ட வேளையில், சாமோரினுக்கு எதிராக ராயரின் உதவியை நாடினர், போர்ச்சுக்கீசியர். ஆனால், ராயர் அதற்கு இசையவில்லை.

ராயர், தங்களுக்குப் படை உதவி செய்தால், அராபிய - பாரசீகக் குதிரைகளை வாங்கிக் கொள்ளும் தனி உரிமையை அளிப்பதாகவும் கூறினர்.

ஆனால், தனக்குத் தீமை செய்யாத, கள்ளிக்கோட்டை இந்து மன்னருக்குப் பகையாக, தாம் யாருடனும் கூட்டுறவு கொள்ள கிருஷ்ணதேவராயர் விரும் பவில்லை. போர்ச்சுக்கீசியர் தம்முடன் கொண்டுள்ள உறவு நிலையானது அல்ல என்று எண்ணினார் ராயர்.

பிறகு, அப்படித்தான் நடந்தது.

1523-ல் போர்ச்சுக்கீசியர் கோவாவுக்கு அருகில் உள்ள இடத்தைக் கைப் பற்றியபோது ராயர் ஒரு சிறு படையை சாளுவ திம்மரின் தலைமையில் அனுப்பினார். போர்ச்சுக்கீசிய வீரர்கள் ராயரின் படையை எளிதில் தோற் கடித்தனர். சாளுவ திம்மர் தன் படையுடன் பின்வாங்கினார். அதன்பின் போர்ச்சுக்கீசியருடன் ராயர் எந்தப் போரையும் நடத்தவில்லை.

குதிரைக்கு அடுத்தபடியாக யானைகளை எந்த நாட்டினர் ராயருக்கு அனுப் பினார்கள் எனத் தெரியவில்லை. அநேகமாக, இலங்கைத் தீவிலிருந்து இறக்குமதி ஆகியிருக்கலாம்.

அவை பெரும்பாலும் இந்திய வியாபாரிகளாலேயே விற்கப்பட்டன.

ராயர் தனது பேரரசில் வியாபாரத் துறையை வளர்க்க துறைமுகங்களின் எண்ணிக்கையை அதிகமாக்க முயற்சி மேற்கொண்டார். கப்பல் வந்து

செல்லவும், இறக்குமதி - ஏற்றுமதி வாணிகம் வளரவும் இப்படியான துறை முகங்களை மேம்படுத்தினார்.

விஜயநகரப் பேரரசின் துறைமுகங்கள்

கோவா: இது ராயர் பேரரசின் மேற்கு கடற்கரைப் பகுதியில் மிகச் சிறந்த துறைமுகமாக இருந்தது. இருப்பினும் இது ராயரின் ஆட்சிக்கு உட்பட்டதாக இருக்கவில்லை.

ராயரின் காலத்தில் அது முகமதியரிடமிருந்து போர்ச்சுக்கீசியர்களால் கைப் பற்றப்பட்டு, அவர்களது தலைநகரமாக விளங்கியது. மேற்கே இருந்த ஹோனாவர் (Honavar) துறைமுகம் தான் ராயரது முக்கிய துறைமுக மாயிற்று. அந்தத் துறைமுகத்தின் வழியே மலபாரைச் சேர்ந்த வியாபாரிகள் அரிசியை ஏற்றிச் செல்வதோடு, அவர்கள் நாட்டில் கிடைக்கும் தேங்காய் எண்ணெய், பனை வெல்லம், பனஞ்சாறு ஆகியவற்றை இறக்குமதி செய்தனர். 1540-வரை அந்தத் துறைமுகம் ராயரது அதிகாரிகளால் நிர்வகிக்கப் பட்டு வந்தது.

பதக்கால்: (Bhatakal) அரபிக் கடலோர தென் பகுதியில் உள்ளது. போக்குவரத்து அதிகமுள்ள துறைமுகம். வியாபாரத்தின் பொருட்டு அங்கு மூர்கள் (Moors), ஹீதன்ஸ் (Heathens) ஆகியோர் வசித்தனர். அரிசியும் சர்க்கரையும் இங்கிருந்து ஏற்றுமதி ஆயிற்று. மலபாரிலிருந்து மிளகும் வாசனைத் திரவியங்களும் இத்துறைமுகத்திலிருந்து அரேபிய, பாரசீக நாடுகளுக்கு அனுப்பப்பட்டன.

மங்களூர்: அக்காலத்திய சிறந்த துறைமுகம். அரேபியாவுக்கு இங்கிருந்து சரக்குக் கப்பல்கள் போகும்; வரும்.

கொல்லம்: பெரிய நகரம் மற்றும் துறைமுகம். இந்நகரின் அரசர் நரசிங்கா, கிருஷ்ணதேவராயரால் தோற்கடிக்கப்பட்டதால் கொல்லம் விஜயநகரைச் சேர்ந்துவிட்டது. பெரிய வணிகத்தலம். மூர், ஹீதன், கிறிஸ்தவர்கள்தான் இங்கு வியாபாரிகள். அங்குள்ள மிளகு கிடங்குகளிலிருந்து மலாக்கா, சுமத்ரா, பெரு முதலிய நாடுகளுக்கு ஏற்றுமதி செய்யப்பட்டது.

காயல்: 1514 வரை கொல்லத்தின் அரசரிடம் இருந்த இந்தத் துறைமுகம் பின்னர் விஜயநகரப் பேரரசுடன் இணைக்கப்பட்டது. வெளிநாட்டு வியாபாரிகள் நிறைய பேர் வந்து தங்கியிருப்பர். இங்கு நவரத்தினங்களும் முத்துக்களும் முதன்மை விற்பனைப் பொருள்.

நாகப்பட்டினம்: சோழ மண்டலக் கரையில் உள்ள சிறந்த துறைமுகம். வாசனை திரவியங்கள், மருந்து வகைகள் போன்றன, மலாக்கா, சீனா, அரேபிய நாடுகளிலிருந்து இங்கு இறக்குமதியாயிற்று.

மைலாப்பூர்: சென்னைப் பகுதியில் அந்நாளில் துறைமுகமாக இருந்தது. அதன் அடையாளமாக இன்றும் அங்கு கலங்கரை விளக்கம் உள்ளது. பயணிகள் வந்து போகும் துறைமுகமாக இருந்தது.

புலிகாட் (pulicat): விஜயநகரப் பேரரசின் கீழைத் துறைமுகங்களுள் சிறந்தது. கல் பதிந்த ஆபரணங்களே இங்கே முக்கிய வியாபாரப் பொருள். இங்கு தயாரிக்கப்படும் அச்சிடப்பட்ட துணிகள் (printed clothes) மலாக்கா, பெரு, மலபார் - முதலிய இடங்களுக்கு அனுப்பப்பட்டன.

வியாபாரிகள் சங்கம்

விஜயநகரப் பேரரசு முழுவதும் வியாபாரிகள் அவரவர் விற்பனை பொருள்கள் அடிப்படையில் வியாபார சங்கங்கள் வைத்திருந்தனர்.

ஒவ்வொரு நகரத்திலும் உள்ள சங்கத்தின் தலைவரை பட்டணசாமி அல்லது செட்டி பட்டணசாமி என்று அழைப்பர்.

சங்க உறுப்பினர்கள் நகரத்தின் முக்கிய கோயிலின் எதிரில் உள்ள மண்ட பத்தில் கூடி விவாதிப்பர்.

ஒவ்வொரு சங்கமும் அரசாங்கத்துக்கு வரி செலுத்தும் பொறுப்பினை ஏற்றுச் செயல்படுத்தி வந்தது.

சங்க உறுப்பினர்களிடமிருந்து சங்கத் தலைவர் வரிகளை வசூலித்து மன்னரின் அதிகாரிகளிடம் வழங்குவார். வரிவசூல் கணக்குகள் கிருஷ்ணதேவராயரின் பார்வைக்கு அவ்வப்போது செல்லும்.

ராயரும் அவரது அதிகாரிகளும் சங்கத்தின் வாயிலாக வரும் வரிப் பணத்தைக் கோயில் செலவுகளுக்கோ, சமய நிலையங்களுக்கோ செலவிட விரும்பினால், அந்த வியாபாரச் சங்கங்களின் அனுமதி பெற வேண்டும்.

மடத்துக்கோ கோயிலுக்கோ பண உதவி வேண்டுமானால், உறுப்பினர் விற்கும் பொருள்களின் மீது தனி வரி விதிப்பது வழக்கம். அதற்கான நன் கொடை பற்றிய விளக்கம் எழுதிய பட்டா ஒன்றினை உறுப்பினர்களுக்கு வழங்குவர்.

கோயில்கள் நிர்வாகம்

கோயில்களைப் பராமரிக்கவும் நிர்வகிக்கவும் தனியே ஒரு இலாகாவை வைத்திருந்தார் ராயர். அவை 'ஸ்தானியர்கள்' எனப்படும் தர்மகர்த்தா சபையினரால் நிர்வகிக்கப்பட்டு வந்தன.

ஆன்மிகப் பணிகளுக்காக மட்டுமன்றி, பொது மக்களின் நலனுக்காகவும் கோயில்கள் தொண்டு செய்தன.

கோயில்களில் உள்ள கடவுள்களைப் பற்றிப் பாட இசை ஆசிரியர்களும், ஓதுவார்களும் நியமிக்கப்பட்டிருந்தனர். இறைவனை வழிபட்டபின், பக்தர்கள் கோயிலில் உள்ள அரங்கில் அமர்ந்து, இந்த இசைப்பாடல்களைக் கேட்டு இன்புறுவர்.

அதிகாலை பூஜை வேளையிலும், இந்த இசைக் கலைஞர்கள் இசைக் கருவிகளுடன் 'இசை வழிபாடு' செய்வர்.

இசை, நடனம், நாடகம் போன்ற நிகழ்ச்சிகள் கோயிலின் ஆயிரங்கால் மண்டபங்களிலோ, அல்லது வெளித் திடல்களிலோ நடத்தப்பட்டன.

கோயில் இசையில் நாதஸ்வரம் முக்கிய இடம் பெற்றிருந்தது. இன்றும் கூட தமிழ்நாட்டு கோயில்களை விட, ஆந்திர நாட்டுக் கோயில்களில் நாதஸ்வரமும் தவிலும் முக்கிய பங்கு வகிக்கின்றன.

நாதஸ்வர இசைக்கென ஒரு தனி இனத்தவர் அப்பொறுப்பினை ஏற்று வந்தார்கள். மக்களுக்கு வேலை வாய்ப்பு அளிக்கும் விதமாக நடன மாதர், அர்ச்சகர், நந்தவனம் காப்போர், பூத்தொடுப்போர் (மாலை கட்டுவோர்), விளக்குகளுக்கு எண்ணெய் இடுவோர், மடப்பள்ளி (பிரசாதம் தயாரிப்பு) நிர்வாகம், சந்தனம் அரைப்போர், இன்னும் சிற்சில குற்றேவல் புரிவோர் (கோயில் மாடுகளைப் பராமரிப்போர், காவல் காப்போர்) என ஒவ்வொரு கோயிலிலும் அதன் வருவாய்க்கு ஏற்ப பணியாளர்கள் அமர்த்தப்பட்டனர்.

மாத விழாக்கள், ஆண்டு விழாக்கள் ஒவ்வொரு கோயிலுக்கும் நிர்ணயம் செய்யப்பட்டு அதற்கு உரிய வருவாய்க்கான நிலங்கள், மானியத்தொகை வழங்கப்பட்டு வந்தது.

இதையெல்லாம் நிர்வகிப்பதுதான் 'ஸ்தானியர் சபை'யின் பணி. 'ஆமுக்த மால்யதா' (கிருஷ்ணதேவராயரால் எழுதப்பட்ட நூல்) வில், ஆண்டாள் அவதாரத் தலமான ஸ்ரீவில்லிபுத்தூர் கோயிலை நிர்வகித்து வந்த ஸ்தானியர் களைப் பற்றிக் கூறப்பட்டுள்ளது.

மர்க்காபூரில் உள்ள 'செ‌ன்ன கேசவர்' ஆலயமும், புஷ்பகிரியில் உள்ள 'சிவ கிருஷ்ண' ஆலயமும், காஞ்சியில் உள்ள 'வரதராஜர் ஆலயமும்' ஸ்தானியர் களால் நிர்வகிக்கப்பட்டு வந்ததை கல்வெட்டுக்கள் கூறுகின்றன.

இந்த ஸ்தானியர் சபையில் இடம் பெற்றோர் யார், யார்?

கோயில்களுக்கு பெரிய அளவில் நிலபுலன்களை தானம் செய்தவர்களும், கோயிலைக் கட்டும்போது மேற்பார்வை செய்தவர்களும் கொண்ட சபை இது என்கிறார்கள் சிலர்.

அல்ல; பரம்பரையாக ஒரு குடும்பத்தாராலேயே நடத்தப்பட்டு வந்த சபை இது என்கிறார்கள் வேறு சிலர்.

அரசினரின் நேரடி நியமனத்தால் அமைக்கப்பட்ட சபை அது என்பாரும் உண்டு.

ராயர் காலத்து தேவகுடி சாசனம், மேற்படி ஸ்தானியர் சபை பற்றிக் குறிப்பிடும்போது, அந்த ஸ்தானிக சபையில் உள்ள ஆறு அங்கத்தினர்களும் சின்ன ஜீயர் என்பவரின் ஆறு குமாரர்கள் எனக் குறிப்பிடப்பட்டுள்ளது.

ஆக, ஒரே குடும்பத்தினரே அச்சபையை நிர்வகித்திருக்கலாம்!

✦✦✦

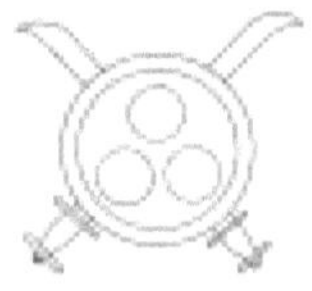

ராயர் காலத்து சமூகம்

ராயர் காலத்தில் சத்திரியர், பிராமணர், வைசியர், சூத்திரர் என்கிற நான்கு பிரிவுகளோடு சண்டாளன் எனப்படும் ஐந்தாவது பிரிவும் (தாழ்த்தப்பட்டவர் மற்றும் மலைஜாதியினர்) 'பஞ்சமர்' எனும் பெயரில் இருந்தனர்.

சத்திரிய குலத்தினர் ஆட்சிப் பொறுப்பிலும், அரசு நிர்வாகத் துறையிலும் முதலிடம் வகித் தனர். சங்கமர், சாளுவர், துளுவர், அரவேடு பாண்டியர் என்று சத்திரியர் குலப் பிரிவுகளைக் கொண்டிருந்தனர்.

வைசியர்கள் வியாபாரத்தையும் விவசாயத்தையும் முக்கிய தொழிலாகக் கொண்டிருந்தனர். பிரபந்தங் களிலும் வைசியர்களை 'வணிகர்கள்' என்றே குறிப்பிடப்பட்டுள்ளது. தெலுங்கு மாநிலங்களில் இவர்கள் 'கோமுட்டி' என அழைக்கப்பட்டனர். 'பலிஜா' என்ற ஒரு பிரிவினரும் சில்லறை வர்த்த கத்தில் ஈடுபட்டு வந்தனர்.

சூத்திரர்கள் விவசாயம், வியாபாரம், அரசுத் தொழில் என, கிடைத்த வேலைகளைச் செய்து வந்தனர். இவர்களே நாட்டில் பெரும்பான்மை யினராக இருந்தனர். படைவீரர்கள் பெரும் பாலும் இவர்களே! ராயர் இவர்களில் சிலருக்கு படைத்தலைவர் பதவி தந்து 'அமர நாயகா' எனும் பொறுப்பில் வைத்திருந்தார். நாளடை வில் இவர்கள் குறுநில மன்னர்கள் ஆகிவிட்டனர்.

குறிப்பிட்ட தொழிலை குறிப்பிட்ட பிரிவினர் மட்டுமே செய்வதால் அவர்களுக்குத் தொழில்

பாதுகாப்பு கிடைக்கிறது. ஏனையோர் அதில் ஈடுபடாததால், வழிவழியாக சில குடும்பத்தினரே அந்தத் தொழில் செய்து வந்தனர். இவ்வகையிலேயே கொல்லர், தச்சர், இடையர், நெசவு செய்வோர், முடி திருத்துவோர், துணி வெளுப்போர் எனப் பிரிக்கப்பட்டனர். இதன் பிறகு அந்தந்தப் பிரிவினரிடையே மட்டும் திருமண உறவுகள் ஏற்பட்டு அவை சாதிப் பிரிவுகளாக ஆயின; ராயர் காலத்திலும் இதே பிரிவுகள் இருந்தன.

மாலர், மாதிகர் எனும் பெயரில் தாழ்த்தப்பட்டவர்கள் இருந்தனர். இவ் வினத்து ஆண்கள், பெண்கள் இருவருமே உழைப்பாளிகளாக விவசாயத் தொழில் செய்து வந்தனர்.

பெண்கள்

மேல்தட்டுப் பெண்கள் வீடுகளுக்குள்ளேயே இருந்தனர். எழுதப்படிக்கக் கற்றுக்கொண்டனர்.

நடுத்தர குடும்பத்துப் பெண்கள் தங்கள் குடும்பத் தொழிலில் ஆண்களுக்கு உதவியாக (நெசவு, விவசாயம் போன்றவற்றில்) உழைப்பைச் செலுத்தினர்.

கிருஷ்ணதேவராயர் தன் அரண்மனையில் உள்ள பெண்களுக்கு இசையும் நாட்டியமும் கற்றுக் கொடுக்க சிறந்த இசை ஆசிரியரான 'லட்சுமி நாராயணன்' என்பவரை நியமித்தார். அதைப் போல பிரபுக்களும் தங்கள் பெண்களுக்கு ஆசிரியரைக் கொண்டு இசையும் நாட்டியமும் கற்பித்தனர்.

செல்வந்தர்கள் தங்களது நந்தவனங்களில் பெண்களை உலாவ அனுப்புவர். மரநிழலில் அவர்கள் ஊஞ்சலில் ஆடுவதும் பாடுவதுமாக இருந்தனர். பூக்களைப் பறித்து மாலைகள் கட்டுவர். அவை கோயில்களுக்கு அனுப்பப் படும்.

பெற்றோர்கள் பெண்களைத் தங்களுக்குச் சுமையாகக் கருதி, எவ்வளவு விரைவில் திருமணம் செய்து வைக்க முடியுமோ, அவ்வளவு விரைவில் செய்து வைத்தனர். பெற்றோர்கள் தேர்ந்தெடுக்கும் மாப்பிள்ளையைத்தான் பெண்கள் திருமணம் செய்துகொள்ள வேண்டும்.

பெண்கள் தங்கள் முப்பிறவிக்கு ஏற்ப இப்பிறவியில் கணவன் கிடைப் பதாகக் கருதினர். இதை 'பிராப்தம்' என்றனர். அக்கால பெண்களின் வாழ்க்கை மகிழ்ச்சிக்குரியதாக இல்லை. ஆண்களால் அவர்கள் பட்ட துன்பக் குரலை ராயர் கால இலக்கியங்களில் கேட்க முடிகிறது.

செல்வந்தர்களும், நடுத்தரப் பிரிவினரும் தங்கள் இல்லத் திருமணங்களை நிறைந்த பொருள்செலவில் நடத்தினர். அவரவர் குல சடங்குகள், சம்பிர தாயங்களோடு ஐந்து நாள் திருமணம், ஏழு நாள் திருமணம் என்றெல்லாம் மிகுந்த கோலாகலமாக நடைபெற்றன திருமணங்கள். அதற்கென வந்துள்ள விருந்தினர்கள் திருமண வீட்டில் பல நாட்கள் தங்கியிருப்பர்.

பெண்ணின் பெற்றோர்கள் வீட்டில் திருமணம் நடைபெறுவதுதான் வழக்கம்.

பிரபுக்கள் தங்கள் பெண்ணுக்குச் சீதனமாக நகைகள், கால்நடைகள் கொடுத்த தோடு, பெண்ணோடு பேசி மகிழ சில தோழிகளையும் தானமாகக் கொடுப் பார்களாம்.

ராயர் காலத்தில் பெண்கள் உடன்கட்டை ஏறும் வழக்கம் இருந்தது. பெண்கள் இதை விரும்பியே ஏற்றதாகத் தெரியவருகிறது. கணவன் உடல் எரியும் சிதையில், அருகிலுள்ள உயரமான மேடையில் இருந்து, அந்தச் சிதையில் குதித்து உயிர் விடுவர். இதுவே 'உடன்கட்டை ஏறுதல்'. இப்படிக் கணவனுடன் உயிர் விடும் பெண்ணை தெய்வமாக மற்றவர் வணங்குவர். இந்தப் பெருமைக்கு ஆசைப்பட்டு உடன்கட்டை ஏறிய பெண்களும் இருந் திருப்பார்கள் போலும்!

ஒருபக்கம் கற்புக்கரசி பட்டம் அளித்து சிதையில் பெண்ணைத் தள்ளிய ஆடவர் சமூகம், மறுபுறம் 'பொதுமகளிர்' எனும் பெயரில் பெண்களை தங்கள் நியாயமற்ற இச்சைகளுக்குப் பயன்படுத்திக்கொண்டதும் இருந் திருக்கிறது!

ஆடல் மகளிர்

ஆடல் மகளிர் ராயர் காலத்தில் சமுதாயத்தில் முக்கிய இடம் பெற்றிருந்தனர். இவர்கள் இருவகை. கோயிலைச் சேர்ந்தவர் ஒருவகை. மற்றொன்று - சுதந்திரமாக வாழ்பவர்கள்.

எத்தகைய இனத்தவருடனும் அவர்கள் பழகுவதை சமுதாயம் ஏளனமாகப் பேசுவதில்லை.

இந்த இனத்தைச் சேர்ந்த பெண்கள் நன்கு எழுதப் படிக்கத் தெரிந்திருந்தனர். பாடவும், ஆடவும் பயிற்சி பெற்றிருந்தனர். நாட்டியக் கலைகளான பரதம், மாதங்கம், ஆஞ்சநேயம் போன்றவை அவர்களுக்குக் கற்பிக்கப்பட்டன.

கோயிலைச் சேர்ந்த பெண்களுக்கு சில முக்கிய கடமைகள் உண்டு. தினசரி, இறைவன் முன்பாக சன்னிதியில் ஆடவும் பாடவும் வேண்டும். ஊர்வலத் தின்போது இறைவனுக்கு முன் ஆடிச்செல்ல வேண்டும்.

இவர்களுக்குப் பிறக்கும் பெண் குழந்தைகளும் கோயிலுக்குச் சொந்தமான வர்களே! தாய் செய்த வேலையை அவர்களும் செய்தாக வேண்டும்.

இவர்கள், தலைநகரத்தில் இருப்பதாக இருந்தால் ஒவ்வொரு சனிக் கிழமையும் ராயர் வணங்கும் தெய்வத்தின் முன் நாட்டியம் ஆட வேண்டும்.

மகா நவமியின் போது தலைநகரத்தில் நடைபெறும் விழாக்களில் அவ் வினத்தைச் சார்ந்த அனைவரும் நடனமாடுவது அவசியம்.

பரத்தையருடன் வாழ்க்கை நடத்துவது சட்டபூர்வமாக அக்காலத்தில் ஏற்றுக் கொள்ளப்பட்டிருந்தது. சமுதாயத்தில் அத்தகையவர்களுக்கு எந்தவிதமான இழிவும் கிடையாது.

அரச சபையைச் சார்ந்த பிரபுக்களும், படைத்தலைவர்களும் அவர்களது தொடர்பை நாடினர். அரசர், இளவரசர் கூட இத்தகையவர்களின் இல்லங களுக்குச் சென்று வருவதும் உண்டு.

ஆடல் மகளிர் பல உரிமைகளையும் அனுபவித்தார்கள். நகரத்தில் உள்ள சிறந்த தெருக்களில் அழகான வீடுகளில் வசித்தனர்.

பேரரசரின் மாளிகையினுள் தடையின்றி சென்று வந்தனர்.

'இவர்களில் சிலர் அரசியுடன் வேடிக்கையாகப் பேசிக்கொண்டு, அவர்கள் எதிரிலேயே தாம்பூலம் தரிப்பதைக் கண்டேன். சில சமயம் அரசருக்கு எதிரிலேயும் தாம்பூலம் தரித்தனர்.' என்கிறார் யாத்திரிகர் சீவெல், தனது நூலில்.

போர்க் காலங்களில் அரசரின் கூடாரங்களில் ஆயிரம் பேருக்கு மேல் ஆடல் மகளிர் கூடியிருப்பார்கள். போர் நிறுத்தம் இடையிடையே நடைபெறும் நாட்களில் அரசரின் களைப்பு தீரவும், அமைச்சர்களின் மகிழ்ச்சிக்காகவும் ஆங்காங்கே கலை நிகழ்ச்சிகளை ஆடல், பாடலுடன் நடத்துவார்கள், இவர்கள். வாழ்வில் எந்தக் குறையுமின்றி சிறப்பாக வாழ்ந்திருந்தனர்.

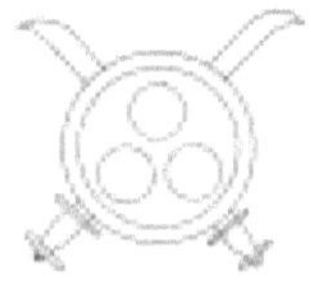

கிருஷ்ணதேவராயரின் படைபலம்

கிருஷ்ணதேவராயரின் ராணுவத் துறைக்குப் பெயர் - 'காந்தசாரா' (Kanda Chara). அதன் தலைவர் - தண்டநாயகா.

தளபதிகள் பலர் உண்டு.

பேரரசின் ராணுவப்படை வீரர்களின் எண்ணிக்கை, காலத்துக்கு ஏற்ப மாறுபட்டது.

பயஸ் தன் குறிப்பில், 'ராயரின் காலத்தில் (கி.பி.1520) ரெய்ச்சூர் படையெடுப்பின் போது 7,03,000 வீரர்கள் கொண்ட காலாட்படை, 32,6000 குதிரைகள் கொண்ட குதிரைப்படை, 351 யானை களுடன் கூடிய யானைப்படை இருந்ததாகக் குறிப்பிடுகிறார்.

அரண்களை அமைத்து, அவற்றைப் பாதுகாப்பது ராணுவத்தின் திட்டங்களுள் முதன்மையானது.

விஜயநகரம் ஏழு காவல் சுவர்களால் காக்கப் பட்டு வந்தது.

சில முக்கிய வீரர்களை மன்னரே நேரடியாகத் தேர்வு செய்தார். எனவேதான் முஸ்லிம்களும் அவரது படையில் சேர முடிந்தது.

காலாட்படையினரை விட, குதிரைப்படை யினருக்கு முக்கியத்துவம் அளிக்கப்பட்டது.

யானைகளோடு ஒட்டகங்களும் போரில் பயன் படுத்தப்பட்டன.

ஆனால் ராயரின் பீரங்கிப் படையை விட பாமினி சுல்தான்களின் பீரங்கிப்படை வலிமையானதாக

இருந்தது. காரணம், சுல்தான்கள் அயல்நாட்டு தொழில் நுட்ப வல்லுநர் களின் துணையோடு தங்கள் பீரங்கிகளை நவீனமயமாக அமைத்திருந்தனர்.

விஜயநகரத்தின் ராணுவ வீரர்கள் இரண்டு வகையாகத் தேர்ந்தெடுக்கப் பட்டிருந்தனர். ஒன்று, அரசரே நேர்முகமாக வீரர்களைத் தேர்ந்தெடுப்பது, மற்றது, மானியதாரர்கள் அரசருக்குத் தேவைப்படும்போது தேர்ந்தெடுத்து அனுப்புவது.

முதல்படை பிரிவினர் என்றும் நிரந்தரமான ராணுவ வீரர்கள்.

இரண்டாம் பிரிவினர் தேவைப்படும் தருணத்தில் மட்டும் குறுகியகாலச் சேனைக்கு அழைக்கப்படுவர்.

நிரந்தர ஊழியத்துக்கு ராணுவ வீரர்கள் மிக்க கவனத்தோடு தேர்ந்தெடுக்கப் படுவர்.

அவர்களது உயரம், எடை, பெயர், கல்வி, குடும்பப் பின்னணி ஆகியவற்றை அறிந்து உறுதிசெய்து கொண்ட பின்னரே, ராணுவத்தில் சேர்க்கப்படுவர். விடுமுறை பெறாமல், அவர்கள் தமது சொந்த நாட்டுக்குப் போகமுடியாது, போகக்கூடாது.

ராயர் காலத்தில் சாதிப் பிரிவினைகளும், உயர்வு-தாழ்வு பேதங்களும் அதிகமிருந்தன. இது, ராணுவத்திலும் எதிரொலித்தது.

நூனிஸ், கிருஷ்ணதேவராயருடைய ராணுவம் ரெய்ச்சூரை நோக்கி படையெடுத்துச் செல்வதைப் பற்றிக் குறிப்பிடும்போது, ராணுவ வீரர்கள் தக்க ஆயுதங்களுடன் அவர்கள் விருப்பப்படி அணிவகுத்துச் சென்றனர் என்கிறார்.

இதனால் கிருஷ்ணதேவராயர் தனது ராணுவத்தினருக்கு அவர்கள் விருப்பம்போல் படை அணிவகுத்துச் செல்வதற்கு அனுமதி அளித்துள்ளார் எனத் தெரிகிறது.

இப்படி அவர்கள் விருப்பத்துக்கு விட்டுவிடுவதன் மூலம் மன்னரால் தீர்வு காண முடியாத பற்பல குறைபாடுகள் சரியாகிவிடுகின்றன.

ஆனால், இன்னொரு சங்கடம்; நாளடைவில் அவர்களுக்குள் இடை பாகுபாடு வளர்ந்து, பேரரசின் படைகள் பல பிரிவுகளாகப் பிரிந்துவிடு வதற்கும் வாய்ப்பாகியது.

எனினும், குறிப்பிட்ட சாதியினர், திறம்படப் போரிட்டனர் என்ற புகழுரையைத்தான் அவர்கள் மிகவும் விரும்பியதால், சாதிப் பிரிவுகளால் பெரிய தீமை எதுவும் ராயர் காலத்தில் ஏற்படவில்லை.

கிருஷ்ணதேவராயருக்கு நிலமானியதாரர்களும் பிரபுக்களும் அனுப்பிய படைகளின் எண்ணிக்கை மிக அதிகமாகவே இருந்தன.

ராயர், ரெய்ச்சூர் மீது படையெடுத்தபோது பிரபுக்கள் அனுப்பிய படை விவரம் ராயர்கால சாசனத்தில் உள்ளது. அதிலிருந்து அறியவருவது:

பெயர்	காலாட்படை	குதிரை	யானை
1. மெய்க்காப்பாளரின் தலைவன் (The chief of the guard)	50,000	1000	6
2. திரும்பிகாரா (Trimbicara)	50,000	2000	20
3. திம்ப நாயக் (Timapanayake)	60,000	3500	30
4. அதபநாயக் (Adapanayake)	100,000	5000	40
5. கொண்டமரா (Condamara)	1,20,000	6000	60
6. கோமரா (Comara)	80,000	2500	40
7. பிசுநாக நகர ஆளுநர் (Governor of the city bishaga)	30,000	1000	10
8. மூன்று குனுசர் (Three Cunucha)	40,000	1000	15
9. அடைகாப்பாளர் (The betel page)	15,000	200	-
10. கோமர்பெர்கா (Comarberca)	8,000	400	20

நிலமானியக்காரர்களுக்கும் பேரரசுக்கும் ராணுவத்தில் நெருங்கிய தொடர்பு இருந்தது தெரியவருகிறது. அவர்கள் அரசருக்குரிய நிலங்களில் ஒரு பகுதியை ராணுவப் பராமரிப்புக்காகப் பெற்றிருந்தனர். அதற்கு 'அமரம்' எனப்பெயர். அமரம் என்ற ராணுவ பராமரிப்புக்கான நிலங்களை வைத்திருந்த நிலமானியதாரர்களை 'அமரநாயகம்' என்றனர். அமரத்தை வைத்திருப்போர் அரச ஆணைக்கு ஏற்ப போதிய ராணுவப் படையினரை வழங்கவில்லை யெனில், தண்டனை உண்டு. அமரமும் திரும்பப் பெற்றுக் கொள்ளப்படும்.

அமரநாயகர்கள் அவரவர் வைத்திருந்த மானிய நிலங்களின் அளவுக்கேற்ப காலாட்படை, குதிரை, யானைப் படைகளை அரசுக்கு வழங்க வேண்டும். அமரநாயகர் என்பவர் குறைந்தபட்சம் 1000 காலாட்படைகளுக்குத் தலைவர் என்பது மட்டும் உறுதி.

ராணுவ உதவியை பேரரசர்க்கு உட்பட்ட சிற்றரசர்களும் செய்து வந்தனர். விஜயநகரப் பேரரசின் மேற்குப் பகுதியிலுள்ள பங்கபூர், கெரசொப்பா முதலிய சிற்றரசர்கள், பேரரசருக்கு உறுதுணையாக ராணுவப்படையினரை அனுப்பி வந்தனர்.

அரசால் அழைக்கப்படும்போது மட்டும் அவர்கள் தலைநகருக்கு வந்தால் போதும். 'ஏனைய காலங்களில் அவர்கள் வருவதுமில்லை; வந்தாலும் போதிய கௌரவத்தோடு அவர்கள் வரவேற்கப்படுவதும் இல்லை' என்று நூனிஸ் குறிப்பிடுகிறார்.

தலைநகரில், பேரரசரின் மெய்க்காவலுக்காக ஒரு படை நிரந்தரமாக உண்டு. அதில் காலாட்படை, குதிரைப்படை, யானைப்படையும் அடங்கும். அதன் எண்ணிக்கையைப் பற்றிய விவரம் ஏதும் தெரியவில்லை.

ராயர், 2000 குதிரைவீரர்களை எப்போதும் தன்னுடன் வைத்துக் கொண்டிருப் பார். அவர் வெளியில் செல்ல நேர்ந்தால், இந்த இரண்டாயிரம் வீரரும் அவருடன் செல்ல வேண்டும்.

மீண்டும் அரண்மனைக்குத் திரும்பி வந்தபின், அந்த 2000 வீரரையும் எண்ணிப் பார்ப்பார்கள். எவரேனும் தவறியிருந்தால், அவருக்குக் கடுமை யான தண்டனை கொடுப்பதோடு, அவரது சொத்துக்கள் யாவும் பறிமுதல் செய்யப்படும்.

இந்த மெய்க்காவலர்களுக்கு அரசரே ஊதியம் வழங்குவார். அவர்களுக்கு நிலமானியம் ஏதும் கிடையாது.

ராயர் காலத்தில் பிராமணர்கள்தான் கோட்டைத் தலைவர்களாக நியமிக்கப் பட்டனர்.

'தன் மீது மிக்க அன்பும் தொடர்பும் கொண்ட பிராமணர், கோட்டைத் தலை வராக நியமிக்கப்பட வேண்டும். அவர்கள் உதவி தமக்கு என்றும் தேவை. எனவே, மிக்க வசதிகளோடும், தளவாடங்களோடும் உள்ள கோட்டை களுக்கு பிராமணர்களைத் தலைவர்களாக நியமித்தல் பொருத்தம்' என்று ராயர் தனது நூலொன்றில் குறிப்பிடுகிறார்.

நாகை மாவட்டம் திருக்கடையூர் கல்வெட்டில் (1521-22) குறிப்பிட்டுள்ள படி, கிருஷ்ணதேவராயர், பீஜப்பூரில் உள்ள ரெய்ச்சூரின் மீது படையெடுத்த போது, திருக்கடையூரைச் சேர்ந்த ஆபத்சகாயன் என்ற பிராமணர் மிக்க தீரத்துடன் போரிட்டு, பேரரசை மகிழ்வித்தார் என்று தெரிகிறது.

படைப்பிரிவுகள்

காலாட்படை: படைகளுள் அதிக எண்ணிக்கை கொண்டது. இப்படை வீரர்கள் போர்க்களத்தில் ஆடைகளைக் குறைத்துக்கொண்டு உடலில் எண்ணெய் பூசிக்கொள்வர் - எதிரிகள் அவர்களை எளிதில் பற்றி இழுக்க முடியாதபடிக்கு! இவர்கள், களத்தில் கையாண்ட கருவிகள் - வாள், வில், அம்பு, குத்துவாள், கோடரி, ஈட்டி, பீரங்கிகள்...'

குதிரைப்படை: வலிமை வாய்ந்த படை. ராயர், பிடார் சுல்தானை வெல் வதற்கு இந்தப் படைதான் காரணம் எனக் குறிப்பிடுகிறார். குதிரை வியா பாரத்தின் அடிப்படையில்தான் அவரது வெளிநாட்டுக் கொள்கையே அமைந்திருந்தது. கிருஷ்ணதேவராயர் ஆண்டுதோறும் பதின்மூன்று ஆயிரம் அராபியக் குதிரைகளை வாங்கி, அவற்றுள் சிறந்தவற்றைத் தமது மேற் பார்வையிலேயே வைத்துக்கொண்டார். குதிரை, யானைகளை வாங்கு வதற்கும், பராமரிப்பதற்கும் ஆகும் செலவு அரசாங்கத்தின் முதன்மைச்

செலவு எனக் குறிப்பிட்டுள்ளார். அரசுக்கு வரும் வருவாயில் பாதி பாகம் ராணுவச் செலவுக்கு என்கிறார்.

குதிரைகளுக்கு அரசு முத்திரை குத்தப்படும். பின்னர், பராமரிப்பவரிடம் குதிரை ஒப்படைக்கப்படும்.

குதிரை இறந்துவிட்டால், குதிரையின் உடலில் அரசு முத்திரையிடப்பட்ட பாகத்தின் தோலை குதிரை பராமரிப்பவர் தம் தலைமை அலுவலருக்குக் காட்டிய பின்னரே, இறந்த குதிரைக்கு ஈடாக வேறொரு குதிரை அளிக்கப்படும். ராயர், குதிரைகளை கவனித்துக்கொள்ள 1600 ஆட்களை நியமித்திருந்ததாகவும், 300 குதிரைப் பயிற்சியாளர்களை வைத்திருந்த தாகவும் பயஸ் குறிப்பிடுகிறார். குதிரைகளுக்கு பொன் வண்ணத்தில் அழகிய முகப்படாம் அமைக்கப்பட்டிருந்தன.

யானைப்படை: போர் பயிற்சி பெற்ற யானைகள் ஒவ்வொன்றும், பாகனைத் தவிர ஆறு பேரை ஏற்றிச் செல்லும். அதன் துதிக்கையில் நீண்ட ஈட்டிகள் பொருத்தப்பட்டிருக்கும். போருக்குச் செல்லும் யானைகள் வெல் வெட் துணியினால் அலங்காரமாகப் போர்த்தப்பட்டிருக்கும். முகப்படாம் ராட்சதர்களின் உருவங்களைத் தாங்கி விளங்கும். இருபுறமும் மணிகள் தொங்கும். யானைகள் ஓடும்போது இவை பெருத்த ஓசையை உண்டாக்கும்' என சீவெல் (Sewell) குறிப்பிடுகிறார். (A Forgotten Empire - London1900)

பீரங்கிப்படை: ராயரிடம் பீரங்கிப்படை இருந்தது. ரெய்ச்சூர் போரில் இதைப் பயன்படுத்தினார். ஆமுக்த மால்யதாவில், 'எந்தெந்தக் கோட்டை களில் வெடி மருந்துகளும், போர் இயந்திரங்களும் இருந்தனவோ, அங் கெல்லாம் பீரங்கிகளையும் சேர்க்க வேண்டும் என ராயர் குறிப் பிட்டுள்ளார்.

போர்முறை

கிருஷ்ணதேவராயர் தம்முடைய படையின் ஒரு பகுதியை எதிரியின் ஆட்சிக்கு உட்பட்ட எல்லையில் 50 கி.மீ தூரம் ஊடுருவிச் செல்ல உத்தர விடுவார். பின்னர், அப்படையினர் அந்த 50 கி.மீ இடைவெளி தூரத்தில் உள்ள இடங்களில் வாழும் ஆண்கள், ஆடு, மாடுகள் ஆகியவற்றைக் கவர்ந்து சென்று ஒரிடத்தில் சேகரித்து வைப்பர்.

இந்நிகழ்ச்சிக்கு சில நாட்களுக்குப் பின் பேரரசர் இறைவழிபாட்டோடு பலிகளைக் கொடுத்து முடித்துக் கொண்டு, தாமே போர்க்களம் புறப்படுவார்.

பட்டத்து யானை மீது அம்பாரி கட்டி, அதில் பேரரசர் வீற்றிருக்க, அவருக்குப் பின் குதிரைப்படையும், காலாட் படையும் தொடர்ந்து வர, போர்க் கோலத்துடன் கிளம்புவார்.

யானைப்படை அழகுற அணிவகுத்துச் செல்லும். பேரரசர் பட்டத்து குதிரைமீது ஏறி, எதிரிகள் உள்ள திசைநோக்கி ஓர் அம்பு எய்வார்.

படைகள் புறப்படும்.

குறிப்பிட்ட இடத்தில் படைகள் தங்கும்.

போர் தொடங்க வேண்டிய நாளை அனைவருக்கும் அறிவிப்பார் மன்னர்.

தற்காலிகக் கூடாரமிட்டு பேரரசரும் படைகளும் தங்கியிருப்பது, ராணுவ நிலையில் போர் வெறியாமல் காணப்படாமல் விழாக்கோலம் பூண்ட தாகவே காட்சியளிக்கும்.

அரசரின் கூடாரம் பிரமாண்டமாக, தனி அழகுடன் விளங்கும்.

அரசர் ஒற்றர் மூலம் பகை அரசன் எந்த அளவில் போருக்குத் தயாராக இருக்கிறான் என்பதைத் தெரிந்து கொள்வார்.

அதற்கு ஏற்ப அரசர் தனது படைகளைப் பல பிரிவுகளாகப் பிரித்துக் கொள்வார்.

ராயர், ரெய்ச்சூர் போரில் தமது படையை ஏழு பிரிவுகளாகப் பிரித்துக் கொண்டு போரில் ஈடுபட்டார் என நூனிஸ் குறிப்பிடுகிறார்.

'எதிரியின் நாட்டுக்குள் பேரரசர், தாமே செல்ல வேண்டுமென்ற நிய தியில்லை. ஆனால். அரசர், தம்மால் நியமிக்கப்பட்ட தளபதியை அனுப் பினாலே போதும்' என்கிறார் தனது நூலில். இருப்பினும், இந்தக் கருத்துக்கு விதிவிலக்காக, உள்நாட்டில் சிறு கலகம் ஏற்பட்டாலும் தாமே நேரில் சென்று அதை அடக்குவார் கிருஷ்ணதேவராயர்.

போரின்போது அரசர்களும் படையினரும் உயர்ந்த பண்புடன் நடந்து கொள்ள வேண்டும் எனக் கூறியதோடு, கிருஷ்ணதேவராயர் அதைச் செயல் முறையில் நடத்தியும் காட்டினார்.

எதிரி அரசனின் அந்தப்புறப் பெண்கள் தமது படையினரால் கைப்பற்றப் படுவார்களானால், அவர்களை கௌரவமாக நடத்துவதோடு, அவர் தம் பெற்றோரிடம் அவர்களை ஒப்படைக்க வேண்டும் என்று படைகளுக்கு உத்தரவிட்டிருந்தார்.

தமது படைகள் எதிரிகளின் நாட்டையும் கோட்டையையும் தான் கைப்பற்ற வேண்டுமே தவிர, அவர்களது அந்தப்புர மகளிரை அல்ல என்று வலியுறுத் தினார்.

எதிரிநாட்டு பொதுமக்கள் மீதும் கருணை காட்டுவார் ராயர். ரெய்ச்சூர் போரில் பலர் கொடுரமாகக் கொல்லப்பட்டனர். அதை அறிந்த ராயர் மிகுந்த வேதனை அடைந்தார்.

உடனே படைத் தளபதிகளை அழைத்து, தங்கள் படைகளைப் பின்வாங்கிச் செல்லுமாறும், குற்றமற்ற நிரபராதிகள் பலரைக் கொன்றது தமக்கு விருப்ப மில்லை என்றும், உடனே தனது ஆணைக்குக் கட்டுப்படும்படியும் உத்தர விட்டார். படைத் தளபதிகள் அனைவரும் பின்வாங்கிச் செல்லலாயினர்.

இவ்வாறு, போர் நிறுத்தத்துக்குப் பிறகு அவரிடம் கொண்டு வரப்பட்ட ஆண்கள், பெண்கள், குழந்தைகள் அனைவரையும் விடுதலை செய்து, அவர்களை அவரவர் இருப்பிடத்தில் தங்கவோ, வெளியிடங்களுக்குச் செல்லவோ அனுமதியும் அளித்தார்.

அத்துடன், தம் படையினர் பிறர் பொருளைக் கொள்ளையடித்ததை அறிந்து, அவர்களுக்குத் தக்க தண்டனை அளித்தார்.

போரில் இறந்த வீரர்களின் குடும்பத்துக்கு நிலதானம் செய்து அந்த வீரரது இழப்புக்கு ஈடு செய்தார்.

⌘

இலக்கியங்களில் கிருஷ்ணதேவராயர்!

ஆமுக்த மால்யதா (கிருஷ்ணதேவராயர் இயற்றியது)

இந்நூலில் ராயர் தன் தந்தை நரசாவைப் பற்றிக் குறிப்பிடும்போது, 'நரசா தன் குலத்தைச் சேர்ந்த திப்பம்மாள் (வீர நரசிம்மாவின் தாய்), நாகம் பாள் (கிருஷ்ணதேவராயரின் தாய்) என்னும் இருவரை மணந்து வாழ்ந்தார்' என்கிறார்.

ஆமுக்த மால்யதா முன்னுரையில், கிருஷ்ணதேவராயர் கலிங்க நாட்டின் மேல் படையெடுத்தபோது, சில நாட்கள் விசயவாடியில் (விஜயவாடா) தங்கி இருந்ததாகவும், பின்னர் அங் கிருந்து ஶ்ரீகாகுளம் சென்று அங்குள்ள ஆந்திர மதுசூதனா (ஆந்திர விஷ்ணு) என்ற பெயருள்ள இறைவனை வழிபட்டதாகவும், ஏகாதசி (அமாவாசை அல்லது பௌர்ணமியிலிருந்து பதினோராவது நாள்) அன்று உண்ணா நோன்பினை அவ்விடத்தில் கடைபிடித்ததாகவும் கூறுகிறார்.

அன்றிரவு நான்காம் ஜாமத்தில் கடவுள் அவர்முன் தோன்றி, ராயர் சமஸ்கிருதத்தில் எழுதியுள்ள மாதலாச சரிதம் (Madalasa Charitta), சகல கலா சார சங்கிரகம், ரசமஞ்சரி ஆகிய நூல்களைப் பாராட்டிக் கூறினாராம். பின்னர், தெலுங்கு மொழியில் ஆண்டாளின் வரலாற்றினை எழுதுமாறு பணித்தார். இறைவனது அருளின்படி, எல்லா நாட்டு (தமிழ், தெலுங்கு, கன்னடம் போன்ற) மொழிகளிலும் தெலுங்கு மொழியே

சிறந்தது என்றும், ராயருடைய சபையில் உள்ளோர் அனைவரும் (பல மொழியைச் சேர்ந்த புலவர்களும்) தெலுங்கு மொழிச் சிறப்பைப் புரிந்து கொள்வர் என்றும் எடுத்துக் கூறினாராம்.

அப்படி எழுதப்படும் ஆண்டாளின் வரலாற்று நூலை திருப்பதி வேங் கடவனுக்கு காணிக்கையாக அளிக்குமாறு ராயருக்குக் கூறினார் இறைவன்.

ஆமுக்த மால்யதாவில் கிருஷ்ணதேவராயர், தம் மரபைப் பற்றி விளக்கும் போது, சந்திரனிலிருந்து வரிசைப்படுத்திக் குறிப்பிடுகிறார். அவரது வெற்றி களைப் பற்றி அவரது அவைக்களப் புலவர்கள் அவர் புகழைப் பாடுவது போல விளக்குகிறார். ஒரு புலவரின் பாடலாக வருவது இது:

'ராயரின் வீரத்தின் கனல் அவரது வாளின் மூலம் வெளிப்பட்டு, உதயகிரி பாறைகளைப் பிளந்தது; கொண்டவீடு வரை முன்னேறிச் சென்றது; பின், காசவபத்திராவை தோற்கடித்து, வெங்கி பிரதேசத்தை வெற்றி கொண்டது எனவும்,

கோதாவரியின் மும்முகப் பூமியான கோனாவையும் கோட்டமு, கனககிரி, பொட்னுரு, ஒட்டடி முதலிய இடங்களையும் கைப்பற்றிக்கொண்டு, கட்டாக்கைத் தாக்க இருப்பதாக அச்சுறுத்தினார் எனவும்,

அதனை அறிந்து கஜபதி ஓட்டம் பிடித்தார், என்றும் போற்றுகிறது, அந்தப்பாடல்.

பிரிதொரு பாடலில், 'ஒரியா மொழி பேசும் கஜபதி படையிலுள்ள வீரர்கள், கொண்ட வீட்டை விட்டு விரட்டப்பட்டு அநேகர் ராயரால் தோற்கடிக் கப்பட்டு மடிந்தனர்.

கஜபதியை வெற்றி கொண்டதன் நினைவாக ஒரு வெற்றித் தூண போத்தனூரு எனும் இடத்தில் கல்வெட்டு சாசனமாக நிலைநாட்டினார்' என்று சொல்லப்பட்டிருக்கிறது.

மற்றொரு பாடலில், 'குல்பர்க்கா, சாகர் முதலிய இடங்களில் நடைபெற்ற போரில் ராயரால் கொல்லப்பட்ட முகம்மதியப் படையினர், மேலுலகில் ஒன்று சேர்ந்து அங்குள்ள கடவுள்களுக்கு பெரும் துன்பம் விளைவிப்பதாகக் குறிப்பிடப்பட்டுள்ளது.

அடில்கானுடன் நடத்திய போரில் அடில்கானைக் கொன்று, தனது வெற்றியின் அடையாளமாக அவன் தலையைக் கொய்து, அனைவரும் பார்க்கும்படி வைத்தார் என்று விளக்கப்படுகிறது.

கடைசிப் பாடலில் முகலாயர்களுக்கு எதிராக, குருதி தோய்ந்த போரை கேம்பவி எனும் இடத்தில் நடத்தியது பற்றியும் அதன் கோட்டை கொத் தளங்களை அழித்தது பற்றியும் குறிப்பிட்டுள்ளார் ராயர்.

ராய வாசகமு (ராய வாசகம்)

கிருஷ்ணதேவராயரின் ஆட்சியைப் பற்றிக் குறிப்பிடும் வரலாற்று நூல் இது.

கிராமியத் தெலுங்கு உரைநடையில் எழுதப்பட்டுள்ளது. ராயரின் ஆளுநர் விஸ்வநாத நாராயணய்யா என்பவரின் விருப்பத்துக்கிணங்க இது எழுதப் பட்டிருக்க வேண்டும் என்கிறார்கள்.

இளவரசர் சின்ன வெங்கடராயருக்கு காணிக்கையாகக் 'குமார துர்ஜடி' எழுதிய 'கிருஷ்ணராய விஜயம்' எனும் காவியத்தில் காணப்படுவதற்கும், இந்நூலில் கொடுக்கப்பட்டுள்ள சான்றுக்கும் கிருஷ்ணதேவராயரின் வரலாறு ஒத்துப்போகிறது.

கிருஷ்ணராய விஜயம் (எழுதியவர்: குமார துர்ஜடி)

கிருஷ்ணதேவராயரின் அரண்மனையில் வாழ்ந்து வந்த கவி துர்ஜடியின் ஐந்தாம் தலைமுறையில் வந்தவரும், விஜயநகரை அரசாண்ட நான்காம் வம்சத்து இளவரசன் சின்ன வெங்கடாவின் அரச சபையில் இருந்தவருமான வெங்கடராயரால் இக்காவியம் எழுதப்பட்டது.

இவர் அரச சபையால் குமார துர்ஜடி என்று அழைக்கப்பட்டார்.

தனது புரவலர் சின்ன வெங்கடாவின் வேண்டுகோளுக்கு இணங்கி கிருஷ்ணதேவராயரின் வெற்றிகளைக் குறித்து இவர் இந்தக் காவியத்தை இயற்றினார்.

கிருஷ்ணதேவராயருக்கு முன் அரசாண்ட அவரது தந்தையான வீர நரசிம்மரைப் பற்றி இக்காவியம் குறிப்பிடுகிறதே தவிர, அவருக்கு அடுத்து ஆறு ஆண்டுகள் அரசாண்ட ராயரின் மூத்த சகோதரரைப் பற்றி ஒன்றும் குறிப்பிடவில்லை.

வீர நரசிம்மர், தமக்கு வயதாகி விட்டமையால் அரியணையில், தமது மகனான கிருஷ்ணதேவராயரை அமர்த்தி, தாம் ஓய்வு பெற்றார் என்று காவியத்தில் குறிப்பிட்டிருப்பது, இலக்கியச் சுவை குன்றாமல் காவியத்தைப் படைக்க விரும்பி, ராயரின் மூத்த சகோதரர் பற்றிக் கூறாமல் விட்டிருக்கலாம் எனத் தோன்றுகிறது.

கிருஷ்ணதேவராயரின் 'முடிசூட்டு விழா'வுக்கு வந்த நிலமானியத் தலைவர் களில் முக்கியமானவர்கள் அரவீடி புக்கராசு, நந்தேவர்களின் தலைவர்கள், வேல்கோட்டுத் தலைவர்கள் ஆகியோர்.

பாரிஜாத அபகரணம்

இந்த நூலின் தொடக்கத்தில் 'கிருஷ்ணதேவராய'ரின் குடும்பத்தைப் பற்றிக் கூறுகையில் இறைவன் கிருஷ்ண பகவானே கிருஷ்ணதேவராயராக இப்பூவுலகில் வந்து பிறந்திருக்க வேண்டும் என்கிறது.

மேற்குத் தொடர்ச்சி மலையின் அருகில் காவிரி நதிக்கரையில், இவர் செய்த பெரும் போரில் மாண்ட பல்லாயிரக்கணக்கான எதிரி வீரர்களின் ரத்தம் காவேரியில் கலந்து, அதன் தண்ணீர் செந்நீராக மாறி ஓடியது.

கொண்டவீடுக்கு அருகில் பிரதாபருத்ர கஜபதியின் மகனைத் தோற்கடித்து,

அவனை சிறைப்பிடித்தார். பின்னர், அவனை மன்னித்து அவனுக்கு வாழ்வளித்தார்.

கஜபதியின் நாடுகளில் வெற்றிநடைபோட்டு ராயர் உதயகிரி, வினுகொண்டா, கொண்டவீடு, பெல்லகொண்டா, வெளும்பு கொண்ட, ஜல்லபள்ளி, அனந்தகிரி, கம்பமேடு ஆகிய இடங்களைக் கைப்பற்றினார்.

கஜபதி தனது தலைநகரான 'கட்டாக்'கை நோக்கி ராயர் படை வருவதைக் கேள்வியுற்று கூச்சலிட்டுக் கொண்டே பயந்து ஓடினார் - என்கிறது இந்நூல்.

மேலும் ராயர் 'மலையகூடம்' என்னும் அரண்மனையில் தங்கியிருந்த தாகவும், உமட்டூர் கோட்டைச்சுவர்களை இடித்ததாகவும், உமட்டூர் அரசின் சிறந்த கோட்டையான சிவசமுத்திரத்தின் கோட்டைச் சுவர்களை சின்னா பின்னப் படுத்தியதாகவும் இந்நூல் விவரிக்கிறது.

தமிழ் நாவலர் சரிதை

'தமிழ் நாவலர் சரிதை' (சரித்திரம்) என்னும் பழந்தமிழ் நூலில் விஜயநகரைச் சேர்ந்த கிருஷ்ணதேவராயரைப் பற்றி கூறப்பட்டுள்ளது. அந்த நூலிலிருந்து ஒரு பகுதி, இதோ:

குமார சரஸ்வதி என்ற புலவரால் இயற்றப்பட்ட இந்நூலின் முதல் பாடலில் 'ஓரிசா' நாட்டு அரசனான கஜபதி மீது கிருஷ்ணதேவராயர் தொடுத்த போர் பற்றியும், அந்நாட்டு இளவரசியை இவர் திருமணம் செய்து கொண்டதைப் பற்றியும் குறிப்பிடப்பட்டுள்ளது. அந்தப் பாடல்:

குமார சரசுவதி, ஒட்டியனை (கிருஷ்ணராயர்) செயித்தபோது பாடியது

கலிங்க மிழந்து நதிக் கைச் சங்கந் தோற்று
மெலிந்துகட கந்நமூழுவ விட்டாள் - மலிந்தமலர்ப்
பொன்னிட்ட மானகிண்ண பூபாலா வுன்றனக்குப்
பின்னிட்ட வொட்டியன் பொற் பெண்

தத்துவப் பிரகாசரின் அடுத்த மூன்று பாடல்களில் திருவாரூர் கோயிலில் தினந்தோறும் நடைபெறும் வழிபாட்டில் உள்ள நிர்வாகக் குறைபாடுகளைப் பற்றிய முறையீடு குறிப்பிடப்பட்டுள்ளது.

இம்முறையீட்டை செவிமடுத்த கிருஷ்ணதேவராயர், சம்பந்தப்பட்ட கோயில் பணியாளர்களைப் பணியிலிருந்து நீக்க ஆணை பிறப்பித்தார்.

அப்பாடல்கள் வருமாறு:

தத்துவப் பிரகாசர் திருவாரூர் கொடி இறக்காமல் தகைந்தது

மருவுபுகழ்க் கிருஷ்ண மகராச ராணை
அரிய வடமலையா ராணை - திருவாரூர்
பாகர் கொடியறுப்பார் பாத திருவாணை
தியாகக் கொடியி றக்காதே.

ஊழித் துலக்கல்லா வொட்டியான் நனுமல்ல
வீழித் துலக்குவந்து மேலிட்டே - யாழி
சிறந்தே ராரூர்த் தியாகருடைப் பூசை
யிறந்தே கிருட்டிணராயா.

இதுகேட்டு ராயர், சில குருக்களை மாற்றியபோது தத்துவப் பிரகாசர் பாடியது

உண்ட வயிற்றி லுமிக்காந்த லிட்டதே
தொண்டரே வீழித் துலக்கரே - பண்டெல்லா
மப்ப மவலென் நதிரசமுந் தோசைகளுங்
கப்புவது போச்சே கவிழ்ந்து.

கடைசிப் பாடலில் கோயில் குருக்கள் நாகராச நம்பி என்பவரால் 63 நாயன்மார்களின் உலோகத் திருமேனிகளில் இரண்டு அழிந்துபட்டது ராயரின் கவனத்துக்குக் கொண்டுவரப்பட்டது குறிப்பிடப்பட்டுள்ளது.

அது இதோ:

திருவாரூர் நாகராசநம்பி செய்த

குற்றம் கிள்ளைக்குச் சொல்லுவித்து

தலத்தார் ராயனுக்கு சொல்லியறிவித்தது.

முன்னாளறுவத்து மூவரிந் தாரதனி
லின்னா ளிரண்டு பேரேகினார் - கன்னா
னருக்கின்றான் வந்துவிட்ட நாகராச நம்பி
யிருக்கின்றான் கிருட்டிணராயா.

யார் இந்தக் குறைபற்றி முறையிட விரும்பினாரோ, அவர்கள் கிளி ஒன்றினுக்கு இப்பாடலைக் கூறி, அது அந்தப் பாடலை கிருஷ்ணதேவராயர் காதில் விழுமாறு பாடச் செய்ததுதான் இக்கதையின் சுவையான பகுதி.

சாளுவ திம்மர்

கிருஷ்ணதேவராயரின் அமைச்சரவையில் முதலமைச்சராக விளங்கியவர் சாளுவ திம்மர். இவரைப் பற்றிக் கண்டிப்பாக தனியாகச் சொல்லியாக வேண்டும். அவரது அறிவாற்றல், செயல்திறன் இரண்டும் ராயரின் பேரரசை வளரச் செய்ததில் பெரும் பங்காற்றியது; விஜயநகர அரசின் குடிமக்கள் நல்வாழ்வை உயரச் செய்தது.

பலவகைப் பொறுப்புகளை ஏற்று நடத்தும் முதலமைச்சராக அவர் விளங்கினார். சாளுவ திம்மர் எனப் பெயர் இருந்தாலும், அவர் ராயருக்கு முன்பிருந்த சாளுவ குலத்தைச் சேர்ந்த வரல்ல. கௌண்டில்ய கோத்திரத்தைச் சேர்ந்த ஓர் அந்தணர்.

வீர நரசிம்மரின் கீழ் உயர் பதவியில் இருந்த சாளுவ திம்மர், கிருஷ்ணதேவராயர் அரியணை ஏறுவதற்குப் பெரிதும் உதவினார். நன்றி மறவாத கிருஷ்ணதேவராயர் அவரை அப்பாஜி என்று அழைத்தார். மேலும், தனது முதல் நிலை ஆலோ சகராகவும் அமைச்சராகவும் அமர்த்தி, அவரைப் பெருமைப்படுத்தினார்.

சாளுவ திம்மரைப் பற்றிய கல்வெட்டுகள் வடக்கில் கிருஷ்ணா நதிமுதல், தெற்கில் காவேரிக் கரையிலுள்ள ஸ்ரீரங்கம் வரையிலும் காணப்படுகின்றன.

எந்த முக்கிய விஷயமானாலும் உள்நாட்டு, வெளிநாட்டு விவகாரங்களிலும்கூட அரண் மனையில் நடைபெறும் நிகழ்ச்சிகளிலும்

கிருஷ்ணதேவராயர், சாளுவ திம்மையாவைக் கலந்தே முடிவெடுப்பது வழக்கம்.

'பயஸ்' தமது நூலில், 'திம்மரின் சொல்படியே அனைத்தும் நடக்கின்றன என்றும், அவருடைய உத்தரவு அரசரின் உத்தரவுக்கு இணையாக மதிப்பு உடையது என்றும், ராயர் அவரைத் தனது தந்தையைப் போல் சிறப்பிக்கிறார் என்றும் குறிப்பிடுகிறார்.

அரசியல் விஷயங்களில் மட்டுமல்லாது போர் நடவடிக்கைகளிலும் திம்மையா சிறந்து விளங்கினார். ராயர் நடத்திய போர்களில் அவர் முன்னின்றார்.

கொண்ட வீடு கைப்பற்றப்பட்டபின், கஜபதியுடன் போரை முடித்துக் கொள்வது நல்லது என்று சாளுவ திம்மர் அரசருக்கு அறிவுரை கூறினார். அதனைக் கேட்காமல் ராயர் சிம்மாசலத்தின் மீது படையெடுத்தபோது அரசர் தம் கருத்தை ஏற்றுக்கொள்ளவில்லையே என்று ஒதுங்கியிராமல் பேரர சருடன் ஒத்துழைத்து அவரது படை வெற்றி பெறுவதற்கு முழுமனத்துடன் ஒத்துழைப்பு கொடுத்தார்.

கொண்டவீடு மாநிலத்தின் ஆட்சி நிர்வாகப் பொறுப்பு திம்மரிடமே இருந்தது.

ராயர் ஆட்சிப் பொறுப்பேற்றதும் செய்த பல்வேறு சீர்திருத்தங்களுடன் முக்கியமான திருமண வரி நீக்கப்பட்டதற்கு திம்மரே முக்கிய காரண மாவார். கல்வெட்டுகளில் திம்மரின் பெயருக்குப் பின்னால் 'அப்பாகாலு', 'ஐயங்காலு' என்ற சொற்கள் சேர்க்கப்பட்டிருப்பதைக் காணலாம்.

சாளுவ திம்மரைப் பற்றி 'பிரபோத வியாக்யா' என்ற கவிதையில் அதன் ஆசிரியரான நாதிந்ல கோபா, சாளுவ திம்மரின் பெருமையையும், வம் சாவளியையும் விளக்குகிறார். சாளுவ திம்மர் அளித்த கொடைகளைப் பற்றிய விவரங்களும் அதில் உள்ளன. 'ராஜசேகர சரிதம்' என்ற தெலுங்குச் செய்யுளில் சாளுவ திம்மரின் வம்சத்தினர், அவர்களது திருமண முறைகள் பற்றிக் குறிப்பிடப்பட்டுள்ளது.

'கிருஷ்ணார்ஜுன சம்வாதம்' என்ற தெலுங்குக் கவிதையில், சாளுவ திம்மர் 'சாம்ராஜ்ய துரந்தரர்' என்றழைக்கப்பட்டுள்ளார். இதன் பொருள் - கிருஷ்ணதேவராயரின் பேரரசைத் தாங்க வல்லவர் என்பது!

இதிலிருந்து அவர் ராயருக்கு எந்த அளவுக்கு உறுதுணையாக இருந்துள்ளார் என்பது தெரியவரும்.

ராயரது அஷ்ட திக்கஜங்களில் ஒருவரான ராமராஜ பூஷணத்திற்கு திம்மரைப் பற்றி மற்றொருவர் விவரிப்பது போல் இரு செய்யுள்கள் உள்ளன. அதில் முதல் செய்யுள், சாளுவ திம்மரது ஆரம்பகால வாழ்க்கை பற்றிக் கூறுகிறது. அவர் சாப்பாட்டு இலை தைத்துப் பொருளீட்டியதாகவும், பின்னர், சந்திர கிரியில் யாசகத்தின் மூலம் வாழ்க்கை நடத்தியதாகவும் கூறப்படுகிறது.

பிறகு பெனு கொண்டாவில் உள்ள சத்திரத்தில் அவருக்கு இலவச உணவு வழங்கப்பட்டதாகவும் தெரிகிறது.

கோட்டைத் தலைவர்கள் சிலருக்கு அவர் வெற்றிலை பாக்குப் பை தூக்கிச் செல்லும் பணியில் இருந்தார் எனவும், அத்தகைய தாழ்ந்த நிலையிலிருந்து அவர் ராயரின் பிரதம மந்திரியாக உயர்த்தப்பட்டார் எனவும் சொல்லப் பட்டிருக்க, இரண்டாவது செய்யுளில் ராயரின் நிர்வாகச் சிறப்புகள் பட்டியி லிடப்படுகிறது.

இருப்பினும், சாளுவ திம்மரது கடைசி கால வாழ்க்கை துன்பமாக இருந்தது என்பது தெரிகிறது.

விஜயநகரப் பேரரசின் பெருமை வாய்ந்த சாளுவ திம்மரை அவரது வாழ்க்கையின் இறுதிக் காலத்தில் கிருஷ்ணதேவராயர் சிறையிலிட்டுக் கொடுமை செய்தார் என்று செய்திகள் உலவுகின்றன.

கிருஷ்ணதேவராயரின் இறுதிக்காலம்

நீண்டகாலமாக கிருஷ்ணதேவராயருக்கு ஆண் வாரிசே இல்லாமல் இருந்து பின் மூத்த ராணியான திருமலா தேவியின் மூலம் ஆண் வாரிசு பிறந்தது.

இது வேங்கடன் கருணையென்று கிருஷ்ணதேவராயர் ஆனந்தக் கூத்தாடினார். செல்ல மகனுக்கு 'திருமலை தேவ மகாராயர்' என்று பெயர் சூட்டினார். அவனைத் தரையில் விடாமல் மார்பின் மேலேயே போட்டு வளர்த்தார்.

குழந்தை தவழ்ந்தான்; நடந்தான்; வளர்ந்தான்; சிறுவன் ஆனான்.

மகனின் வளர்ச்சியைப் பார்த்துப் பார்த்துப் பூரித்த கிருஷ்ணதேவராயர் இந்தச் சமயத்தில் தான் மற்ற மன்னர்கள் செய்த அதே தவறைச் செய்தார்!

தனக்குப் பிறகு தனது மகனே ஆட்சிக்கு வர வேண்டும் என்று விரும்பிய கிருஷ்ணதேவ ராயர், மகன் சிறுவனாக இருக்கும்போதே அவனுக்கு முடிசூட்டி விட்டு தாம் பதவி விலக முடிவு செய்தார்.

விஜயநகரத்தின் சாபம் பூதம் போல் எழுந் ததையும், விதி வழக்கம் போல குரூரமாகச் சிரித்ததையும் அவர் அறியவில்லை!

இளவரசருக்கு முடிசூட்டல்:

பெரும்பாலும் அரசர்கள், தங்களின் மூத்த

குமாரனுக்கே இளவரசு பட்டம் சூட்டுவது வழக்கம். விஜயநகரப் பேரரசிலும் அத்தகைய முறை பின்பற்றப்பட்டு வந்துள்ளது.

அரசர்கள் தங்கள் வாழ்நாளிலேயே மகனை இளவரசராக்கி, பின் தம்முடைய அரசையே அவர்கள் பெறும்படிச் செய்வார்கள். பொதுவாக இளவரசனாக முடிசூட்டும் விழா (யுவராஜா பட்டாபிஷேகம்) அரசருடைய குமாரன் அர சோச்சுதல் பற்றிய விவரங்களையும் கொள்கைகளையும் அறிந்து கொண்ட பின்னரே நடத்துவது வழக்கம்.

ஆனால், சில சமயங்களில் அரச குமாரன் வயதில் இளையவனாக இருக்கும் போதே இளவரசு பட்டம் சூட்டுவது உண்டு. காரணம், அரசு புரியும் அரசன், தனக்குப் பிறகு தன் மகனுக்கு அரசுரிமை தர மற்றவர்கள் மறுத்து, சதி செய்து விடுவார்களோ என்ற அச்சம் தான்!

மகனைத் தன் காலத்திலேயே இளவரசன் ஆக்கிவிட்டால், அடுத்தபடி தனக்குப் பின்னால் யாதொரு இடையூறும் இன்றி அவன் அரியணை ஏறலாம் என்னும் எண்ணம்தான்.

கிருஷ்ணதேவராயரும் இதே முடிவில்தான் தன் குமாரன் திருமலாவை 1524-ல் இளவரசராக்கினார். அப்போது திருமலா ஆறு வயது சிறுவன்தான்!

கிருஷ்ணதேவராயர் அரசு துறந்தாரா?:

அரசர்கள் தம் கடைசி காலத்தில் அரியணையைத் தனது சந்ததியினருக்குத் தந்துவிட்டு, எஞ்சியுள்ள வாழ்நாளை இறைபக்தியில் செலவிட்டு, கழிப் பார்கள். கிருஷ்ணதேவராயரும் அவ்வழியைப் பின்பற்றினார் என்று போர்ச்சுக்கீசிய யாத்ரிகர் நூனிஸ் கூறுகிறார்.

'வயது முதிர்ந்ததாலும், வெகு நாட்கள் போர்க்களத்தில் வாழ்நாட்களைக் கழித்து விட்டாலும், ஆட்சி நிர்வாக வேலைகளில் சலிப்படைந்த ராயர் எஞ்சியுள்ள வாழ்நாளை மனநிம்மதியுடன் கழிக்க விரும்பி, தன் மகனுக்கு, தாம் உயிருடன் இருக்கும்போதே முடிசூட்ட நினைத்தார்.

அப்போது அவர் மகனுக்கு வயது ஆறுதான் என்றாலும், தன் இறப்புக்குப் பின் அரசு வேறு யாருக்காவது மாறக் கூடுமோ என்ற ஐயத்தால் தம் அரசைத் துறந்து, அதை தம் மகனுக்கு அளித்ததோடு, தாமே அவனது அமைச்சராக அமர்ந்தார்? (நூனிஸ் நினைவுக் குறிப்புகள்).'

ஆனால், ராயர் தனது மகனை அரசனாக்குவதற்காக, தாம் அரசு துறந்ததாக கல்வெட்டு, செப்பேட்டு சாசனம் மற்றும் இலக்கியச் சான்று - எதன் மூலமும் அறிய முடியவில்லை.

ஒருவேளை, மகன் திருமலாவுக்கு அவர் இளவரசு பட்டம் சூட்டிய வைபவத்தைக் கொண்டு, ராயர் ஆட்சி பீடத்தை விட்டு இறங்கிக் கொண்டு, மகனை அரசனாக அமர்த்தி விட்டார் என்று நூனிஸ் கருதி, அவ்வாறே எழுதி வைத்து விட்டார் போலும்.

நூனிஸ் கூறும் சில செய்திகள் முன்னுக்குப் பின் முரணாக உள்ளது.

உதாரணமாக, கிருஷ்ணதேவராயர் 1509-ல் 20-வது வயது நிரம்பியவரானார் என்று ஓர் இடத்திலும், மற்றோர் இடத்தில் 1524-ல் அவர் வயது முதிர்ந்த வராகக் காணப்பட்டார், என்றும் குறித்துள்ளார்.

அரசி நிர்வாக வேலைகளிலிருந்து ஓய்வு பெற விரும்பி, மகனை அரசனாக்கி விட்ட ஒரு அரசர், அதன் பின் அவனுக்கு அமைச்சராக பணிபுரிந்திருப்பாரா என்பதும் சந்தேகமே!

ஆக, ராயர் அரசு துறந்தார் என்ற கூற்று ஏற்றுக்கொள்ளும்படியாக இல்லை. ஆனால் மகனுக்கு இளவரசுப் பட்டம் சூட்ட முடிவெடுத்தார் என்பது நிஜம்.

சதிகள் தொடரும்!

ஆனால் கிருஷ்ணதேவராயரின் மேற்படி முடிவு அமைச்சர் சாளுவ திம்மையாவுக்குப் பிடிக்கவில்லை. தீவிரமாக எதிர்த்தார்.

'சக்கரவர்த்தி இது விபரீத யோசனை. விஜயநகர சாம்ராஜ்ஜியம் இதுவரை எப்போதுமே இல்லாதபடி இப்போதுதான் பகையரசர்கள் தொந்தரவு இல்லாமல் நிம்மதியாக இருக்கிறது. அதை நீங்கள் சிதைத்து விடாதீர்கள். சிறுவன் திருமலைக்கு முடிசூட்டும் எண்ணத்தைத் தள்ளிப் போடுங்கள்' என்று கெஞ்சினார்.

கிருஷ்ணதேவராயர் கோபம் கொண்டார்.

'அமைச்சரே, வயதில் பெரியவர் நீங்கள்; கொஞ்சம்கூட இங்கிதம் தெரிய வில்லையே! நல்ல காரியம் துவங்க நினைக்கும்போது அபசகுனமாகப் பேசுகிறீர்களே!' என்று சீறினார்.

'இல்லை. அசம்பாவிதம் நடந்து விடக்கூடாது என்றுதான் எச்சரிக்கிறேன்!'

'அமைச்சரே, யார் என்ன சொன்னாலும் சரி, தடுக்க முயற்சித்தாலும் சரி. நான் தீர்மானித்துவிட்டேன். அடுத்த சுப முகூர்த்தத்தில் திருமலைக்கு பட்டாபி ஷேகம் நடத்தியே தீருவேன். அதற்கான வேலையைத் தொடங்குங்கள்' கட்டளையிட்டார் மன்னர்.

இதற்கும் மேல் திம்மையா சொல்ல என்ன இருக்கிறது? மன்னர் சொன்ன படியே திருமலையின் பட்டாபிஷேகத்துக்கான ஏற்பாடுகளைக் குறைவின்றி செய்து முடித்தார்.

அகண்ட சாம்ராஜ்ஜியத்தின் பேரரசான மன்னனின் மகனுக்கு முடி சூட்டி விழா என்பது சாதாரணமான விஷயமா என்ன? விஜயநகரத்தின் அத்தனை சிற்றரசர்களும், மகா மண்டலேசுவரர்களும், அயல்நாட்டுப் பிரதிநிதிகளும், தூதர்களும், குடி மக்களுமாக தலைநகரில் வந்து குவிந்தனர்.

திருமலையின் முடிசூட்டு விழா மிகவும் ஆடம்பரமாக, அமர்க்களமாக நடந்து முடிந்தது.

மகனை சிம்மாசனத்தில் அமர்த்தி அழகு பார்த்த கிருஷ்ணதேவராயர், மன்னர் பதவியைத் துறந்து திருமலைக்குப் பாதுகாவலனாக, பிரதிநிதியாக அவனின் கீழ் வேறொரு ஆசனத்தில் அமர்ந்து கொண்டார்.

எட்டு மாதங்கள்..எண்ணி எட்டே மாதங்களில் அப்பாஜி கூறியபடி அசம்பாவிதம் நடந்தே விட்டது!

ஒரு மாலை நேரத்தில் ஜூரம் என்று படுத்த திருமலை அன்றிரவே இறந்து போனான்.

துயரத்தால் மனம் கதறித் துடித்தார் கிருஷ்ணதேவராயர். அவருடைய மூன்று மனைவிகளாலும் கூட அவரைத் தேற்ற முடியவில்லை.

மகனை அடக்கம் செய்து விட்டு அறைக்குள் புகுந்தவர், நாள் கணக்கில், வாரக் கணக்கில் வெளியே வராமல் துக்கத்தால் புலம்பித் தவித்தார். அப்போதுதான் அவரை மேலும் நிலைகுலையச் செய்யும் விதமாக ஒற்றன் ஒருவன் வந்து சேதி சொன்னான்.

'சக்கரவர்த்தி, நமது வம்ச விளக்கான திருமலைராயர் ஜூரத்தால் இறக்க வில்லை. அவருக்கு விஷம் புகட்டிக் கொன்று விட்டார்கள்' என்றவன் அதைப் பற்றி விவரமாகச் சொன்னான்.

கிருஷ்ணதேவராயர் ஆத்திரத்தின் உச்சத்துக்குப் போனார். சேனாதிபதியை அழைத்தார்.

'தளபதி, உடனே புறப்பட்டுச் சென்று அரண்மனை வைத்தியனைக் கைது செய்து இழுத்து வாருங்கள்! இன்னும் மூவரையும்கூட!' என்றார்.

தர்பார் மண்டபத்தில் சங்கிலிகளால் கட்டப்பட்டு நான்கு குற்றவாளிகளும் கிருஷ்ணதேவராயர் முன் நிறுத்தப்பட்டார்கள்.

கிருஷ்ணதேவராயர் வைத்தியனைப் பார்த்தார். ஆடைகள் கிழிந்து உடல் முழுவதும் ரத்த விளாறாக சவுக்கடி பட்டு தொய்ந்து போய் நின்றிருந்தான்.

'வைத்தியனே, நீயாக உண்மையைச் சொல்கிறாயா? அல்லது வீரர்களை விட்டு உன் உடலில் மிச்சம் மீதியிருக்கும் உயிரையும் உருவிப் போடச் சொல்லவா?' - கோபத்துடன் கேட்டார் கிருஷ்ணதேவராயர்.

வைத்தியன் அலறினான். கண்ணீர் மல்கக் காலடியில் விழுந்தான்.

'என்னை மன்னித்து விடுங்கள் சக்கரவர்த்தி. பொன்னுக்கும் பொருளுக்கும் ஆசைப்பட்டும், அதிகாரத்துக்கு பயந்தும்தான் நான் இந்தக் கொடிய தவறைச் செய்துவிட்டேன். இதோ இவர்கள் மூவரும்தான் மிரட்டியும், ஆசைகாட்டியும் தங்கள் மகனைக் கொலை செய்யத் தூண்டினார்கள். பாவி நான்! செய்யக் கூடாத தவறைச் செய்து விட்டேன். என்னை மன்னியுங்கள்' என்று கதறினான்.

கிருஷ்ணதேவராயர் எழுந்தார். வைத்தியனை நெருங்கினார். உடைவாளை உருவினார். வீசினார். வைத்தியனின் தலை தனியே தரையில் உருண்டது.

முண்டம் மட்டும் சற்று நேரம் துடித்து அடங்கியது. கிருஷ்ணதேவராயர் மற்ற மூன்று குற்றவாளிகளின் முகத்தைப் பார்க்கக்கூட விரும்பவில்லை. காவலர்களை அழைத்துக் கட்டளையிட்டார்.

'பச்சைப் பாலகன் என்றும் பார்க்காமல் திருமலைக்கு விஷம் கொடுத்துக் கொன்ற இந்தக் கொடிய துரோகிகள் சாகும்வரை பாதாளச் சிறையில் கிடந்து வருந்தட்டும். இழுத்துச் செல்லுங்கள்' என்று கர்ஜித்தார்.

அந்த மூன்று குற்றவாளிகள், அப்பாஜி என்கிற அமைச்சர் சாளுவ திம்மை யாவும், அவரின் மூத்த மகன் திம்ம தண்ட நாயகனும், இளைய மகன் கோவிந்தராஜுவும்தான்!

இவர்கள் மூவரும் மூன்றாண்டுகள் சிறையில் வாடினார்கள்.

பின் திம்ம தண்ட நாயகன் சிறையிலிருந்து தப்பிச் சென்று, கொண்ட வீட்டிலுள்ள தனது ஒன்று விட்ட சகோதரர்களான அப்பா, கோபா என்ற இரு தலைவர்களைச் சந்தித்து, அவர்களின் படையினர் ஆதரவோடு, ஒரு புரட்சியை ஏற்படுத்தினார்.

அதனை அடக்க ராயரால் எளிதில் முடியவில்லை. ராயரின் படைகள் பின்வாங்க வேண்டிய சூழ்நிலை.

கடைசியாக, ராயர் தமது அமைச்சர்களில் ஒருவரான ராயசம் ஐயப்ப ராசரை, ஒரு பெரும் படையுடன் அனுப்பினார்.

ஐயப்பராசா திம்ம தண்டநாயகாவை தோற்கடித்து அவரை சிறை செய்து விஜயநகரத்துக்கு அழைத்து வந்தார்.

கிருஷ்ணதேவராயர் அவனையும், அவன் தந்தையான அப்பாஜியையும் இளைய மகன் கோவிந்தராஜுவையும் கடும் தண்டனைக்குள்ளாக்கி மூவருக்கும் கண்களைக் குருடாக்கி சிறையில் அடைத்தார். இதனால் திம்ம தண்ட நாயகன் இறந்து போனான். அவனது தந்தையும், தம்பியும் மட்டும் மீதி வாழ்வை சிறையிலேயே கழித்தனர் என்கிறது வாய்மொழி வரலாறு.

இப்படியாக கிருஷ்ணதேவராயரின் கடைசிக் காலம் மகனின் எதிர்பாராத மறைவு, அரசியல் சூழ்ச்சிகள், சதிகள், உடல் நலக் குறைவு நிரம்பியதாகக் கழிந்தது.

ஒரே மகனின் திடீர் மரணம் ராயரின் மனதை நிலை குலையச் செய்து விட்டது. எதிரியின் வீரத்துக்கு அஞ்சாத திடநெஞ்சம் கொண்ட ராயர், தன் மகனின் மரணத்தால் மனதிடம் இழந்து, சோர்ந்து, தளர்ந்தார்.

ஆட்சி நிர்வாகத்தைக் கவனிப்பதிலும் அவருக்கு ஈடுபாடு இல்லாமல் போய்விட்டது.

இறுதியாக தன் தம்பியான அச்சுதராயரை அரியணை ஏற்றி மன்னராக்கிய கிருஷ்ணதேவராயர் மிகவும் உடல் நலம் சீர் குலைந்து 1529 ஆம் ஆண்டின் இறுதியில் மரணமடைந்தார்.

கிருஷ்ணதேவராயருக்குப் பின் ஆண்ட அச்சுதராயரின் ஆட்சியில் மீண்டும் முஸ்லிம் மன்னர்கள் தலையெடுத்து தீராத தொல்லைகள் தந்தனர். இவருக்குப் பின் கிருஷ்ணதேவராயரின் மருமகனான ராமராயர் ஆட்சியைக் கைப்பற்றிக் கொண்டார்.

இந்தவிதமாக போட்டி பொறாமையாலும், உட்பகையினாலும் விஜயநகரப் பேரரசு நிலை குலைந்து வந்த நேரத்தில், இம்மாதிரி சூழ்நிலையையே எதிர் பார்த்துக் காத்துக் கொண்டிருந்த எல்லா முஸ்லிம் அரசுகளும் ஒன்று சேர்ந்து படையெடுத்து வந்து தாக்கினார்கள்.

தலைக்கோட்டை என்னும் இடத்தில் நடந்த இந்தப் போரில் 'ஜிஹாத்' அழைப்பை ஏற்று விஜயநகர முஸ்லிம் வீரர்களும் எதிரிகளுடன் சேர்ந்து கொண்டனர். விஜயநகரத்தின் தளபதிகளாக இருந்த கிலானி சகோதரர்கள் இழைத்த நம்பிக்கைத் துரோகமே விஜயநகரம் தோற்கக் காரணமாக அமைந்தது.

1565 ஆம் ஆண்டு விளைந்த இந்தப் படு தோல்வியின் காரணமாக விஜயநகர சாம்ராஜ்ஜியம் அழிந்தே போனது.

வெற்றி பெற்ற முஸ்லிம் படையினர் விஜயநகரத்தை மிக மோசமாகச் சிதைத்து நகரங்களைத் தரைமட்டமாக்கி தங்களின் பகையுணர்வைத் தீர்த்துக் கொண்டனர். கர்நாடகத்தில் இருக்கும் 'ஹம்பி' யின் இடிபாடுகள் இப்போதும் இதை உணர்த்திக் கொண்டுதான் இருக்கின்றன.

விஜயநகரப் பேரரசு

<u>அரவீடு மரபு</u>

அலிய ராம ராயன்	1542-1565
திருமலை தேவ ராயன்	1565-1572
ஸ்ரீரங்கா I	1572-1586
வெங்கடா II	1586-1614
ஸ்ரீரங்கா II	1614-1614
ராமதேவா	1617-1632
வெங்கடா III	1632-1642
ஸ்ரீரங்கா III	1642-1646